AF106588

ഗ്രീൻ ബുക്സ്

പശ്ചിമഘട്ടത്തിലെ കുറിഞ്ഞികൾ

ഡോ. ടി.ആർ. ജയകുമാരി

തിരുവനന്തപുരം ജില്ലയിലെ കിളിമാനൂരി
നടുത്തുള്ള കൊടുവഴനൂരിൽ ജനനം.
വിദ്യാഭ്യാസം: കേരള സർവ്വകലാശാലയിൽ നിന്ന്
ഒന്നാം റാങ്കിൽ ബിരുദാനന്തരബിരുദം,
സസ്യശാസ്ത്രത്തിൽ എം.ഫിൽ, പി.എച്ച്.ഡി.
മലയാളത്തിൽ ഏറ്റവുമധികം പരിസ്ഥിതിഗ്രന്ഥങ്ങൾ
പ്രസിദ്ധീകരിച്ച വനിത. തിരുവനന്തപുരം ഗവ.വിമെൻസ്
കോളേജിലെ സസ്യശാസ്ത്ര വിഭാഗം അസോസിയേറ്റ് പ്രൊഫസറും
വകുപ്പുമേധാവിയും വൈസ് പ്രിൻസിപ്പലും
പ്രിൻസിപ്പലുമായി സേവനമനുഷ്ഠിച്ച് 2016-ൽ വിരമിച്ചു.
പുരസ്കാരം: പത്തനംതിട്ട സ്പാരോ നേച്ചർ
കൺസർവേഷൻ ഫോറത്തിന്റെ സാഹിത്യ പുരസ്കാരം,
കേരള സംസ്ഥാന വനിതാ ശിശുവികസനവകുപ്പിന്റെ
വനിതശ്രീ, ഗ്രാമശ്രീ പുരസ്കാരങ്ങൾ. നിരവധി ലേഖനങ്ങളും
പുസ്തകങ്ങളും പ്രസിദ്ധീകരിച്ചിട്ടുണ്ട്. ആർ വിനോദ്കുമാറുമായി
ചേർന്ന് 27 പുസ്തകങ്ങൾ പ്രസിദ്ധീകരിച്ചു.
തിരുവനന്തപുരം ജില്ലയിലെ മുട്ടടയിൽ താമസം.

ആർ. വിനോദ്കുമാർ

1972-ൽ കൊല്ലം ജില്ലയിലെ പുന്തലത്താഴം എന്ന ഗ്രാമത്തിൽ ജനനം.
കൊല്ലത്തും തിരുവനന്തപുരത്തുമായി വിദ്യാഭ്യാസം.
കേരളം എന്ന ശീർഷകത്തിൽ ഏറ്റവും കൂടുതൽ പുസ്തകങ്ങൾ
പ്രസിദ്ധീകരിച്ചതിന്റെ പേരിൽ ഇൻഡ്യാ ബുക് ഓഫ്
റെക്കാർഡ്സിൽ സ്ഥാനം നേടിയ എഴുത്തുകാരൻ.
പുരസ്കാരം: കൊല്ലം സുജാതാ സ്മാരകട്രസ്റ്റിന്റെ പുരസ്കാരം,
പത്തനംതിട്ട സ്പാരോ നേച്ചർ കൺസർവേഷൻ ഫോറം പുരസ്കാരം.
വനം-വന്യജീവി പരിസ്ഥിതി വിഷയങ്ങളുമായി ബന്ധപ്പെട്ട്
നാനൂറിലധികം ലേഖനങ്ങളും 46 പുസ്തകങ്ങളും പ്രസിദ്ധപ്പെടുത്തി.
ഡോ. ടി. ആർ. ജയകുമാരിയുമായി ചേർന്ന് 27 പുസ്തകങ്ങൾ
പ്രസിദ്ധീകരിച്ചു. തിരുവനന്തപുരം ജില്ലയിലെ കാലടിയിൽ താമസം.

ഗ്രീൻ ബുക്സ് പ്രസിദ്ധീകരിച്ച ഗ്രന്ഥകർത്താക്കളുടെ ഇതര കൃതി

കേരളത്തിലെ വന്യജീവികൾ
കേരളത്തിലെ നീർപ്പക്ഷികൾ

വൈജ്ഞാനികം
പശ്ചിമഘട്ടത്തിലെ കുറിഞ്ഞികൾ

ഡോ.ടി.ആർ. ജയകുമാരി
ആർ. വിനോദ് കുമാർ

ഗ്രീൻ ബുക്സ്

green books private limited
gb building, civil lane road, ayyanthole,
thrissur- 680 003, kerala, ph: +91 487-2381066, 2381039
website: www.greenbooksindia.com
e-mail: info@greenbooksindia.com

malayalam
paschimaghattathile kurinjikal
reference
by
dr. t.r. jayakumari
r. vinod kumar

cover & inner photos : ajosh parakkan

first published february 2019
copyright reserved

branches:
thrissur 0487-2422515
palakkad 0491-2546162
thiruvananthapuram 0471-2335301
calicut 0495 4854662
kannur 0497-2763038

isbn : 978-93-88830-16-4

no part of this publication may be reproduced,
or transmitted in any form or by any means,
without prior written permission of the publisher.

GBPL/1068/2019

മുഖക്കുറി

കുറിഞ്ഞികളെക്കുറിച്ചുള്ള വിവരണം ആധികാരികമായി നൽകുന്ന ഈ അപൂർവ്വഗ്രന്ഥം വൈജ്ഞാനിക മേഖലയ്ക്ക് മുതൽക്കൂട്ടാണ്. പ്രകൃതിശാസ്ത്രത്തിൽ തത്പരരായ ഡോക്ടർ ടി.ആർ. ജയകുമാരിയും ആർ. വിനോദ്കുമാറും നടത്തിയ അന്വേഷണത്തിന്റെ ഫലമാണ് ഈ ഗ്രന്ഥം. ഫോട്ടോഗ്രാഫറുടെ അർപ്പണബോധം ഈ പുസ്തകത്തെ മനോഹരമാക്കുന്നു.

കൃഷ്ണദാസ്
മാനേജിങ് എഡിറ്റർ

"ഇരുണ്ട മാമല കിടന്നു മൂകമായ്
തപംചെയ്യും പോലും വളരെനാൾ, പിന്നെ -
യൊരു പന്തീരാണ്ടു കഴിയവേ, മിന്നി-
ച്ചുകന്നു നീലിച്ച വെളിച്ചം വീശിക്കൊ-
ണ്ടെഴുന്നള്ളും വീണ്ടും കുറിഞ്ഞിപ്പൂവുകൾ!"

സുഗതകുമാരി

ഉള്ളടക്കം

കുറിഞ്ഞികളുടെ വൈവിദ്ധ്യം തേടി 11

പശ്ചിമഘട്ടത്തിലെ നീലവിസ്മയം 13

നീലക്കുറിഞ്ഞി 19
മരക്കുറിഞ്ഞി/തൂക്കക്കുറിഞ്ഞി 21
ചൊണയംകല്ലുകുറിഞ്ഞി 22
ചെറുകുറിഞ്ഞി 1 23
ചെറുകുറിഞ്ഞി 2 24
മുട്ടക്കണ്ണിക്കുറിഞ്ഞി 26
കരുംകുറിഞ്ഞി 27
സ്വർണ്ണക്കുറിഞ്ഞി 28
ചീനക്കുറിഞ്ഞി 29
കൊടിക്കുറിഞ്ഞി 1 30
കൊടിക്കുറിഞ്ഞി 2 31
ചോലക്കുറിഞ്ഞി 32
മേട്ടുക്കുറിഞ്ഞി 33
കരിങ്കുറിഞ്ഞി 35
വെറ്റിലക്കുറിഞ്ഞി 37
ചോണക്കുറിഞ്ഞി 38
ആൻഡസൺ കുറിഞ്ഞി 39
അമാബിലിസ് കുറിഞ്ഞി 40
സെങ്കേറിയാനസ് കുറിഞ്ഞി 40
ആനമലക്കുറിഞ്ഞി 41
മണിക്കുറിഞ്ഞി 42
കമ്പിളിക്കുറിഞ്ഞി 43
കാനറക്കുറിഞ്ഞി 44
നാരിലക്കുറിഞ്ഞി 45
താടിക്കുറിഞ്ഞി 46
വള്ളിക്കുറിഞ്ഞി 47
പാലക്കാട്ട് കുറിഞ്ഞി 48
തോട്ടുകുറിഞ്ഞി 49
ജയ്പൂർ കുറിഞ്ഞി 50
സിസ്പാര കുറിഞ്ഞി 51
പൊന്മുടിക്കുറിഞ്ഞി 52
കല്ലൻകുറിഞ്ഞി 53
ഗാമ്പിളിക്കുറിഞ്ഞി 54
രോമക്കുറിഞ്ഞി 55
നീലഗിരിക്കുറിഞ്ഞി 56
നാറ്റക്കുറിഞ്ഞി 57
ഇരട്ടക്കുറിഞ്ഞി 1 58
ഇരട്ടക്കുറിഞ്ഞി 2 59
മുളക് കുറിഞ്ഞി 60
ചോറ്റുകുറിഞ്ഞി 61

അനുബന്ധം 63
ചിത്രങ്ങൾ 65

കുറിഞ്ഞികളുടെ വൈവിദ്ധ്യം തേടി

മനുഷ്യമനസ്സിനെ വിസ്മയത്തിന്റെയും അനുഭൂതിയുടെയും കൊടുമുടി കയറ്റുന്ന നീലക്കുറിഞ്ഞികളുടെ ഏകകാലികമായ പൂവിടൽ ഒരായുസ്സിന്റെ സായൂജ്യം നേടിത്തന്നതിന്റെ ആവേശാതിരേകമാണ് ഞങ്ങളെ കുറിഞ്ഞികളെ തേടി സഞ്ചരിക്കാൻ പ്രേരിപ്പിച്ചത്. കുറിഞ്ഞികളുടെ സ്വത്വം തേടിയുള്ള യാത്ര ആരംഭിക്കുന്നത് 2006-ൽ ഇരവികുളം ദേശീയോദ്യാനത്തിലെ രാജമലയിലാണ്. അതായത് 12 വർഷങ്ങൾക്ക് മുമ്പുള്ള നീലക്കുറിഞ്ഞിവസന്തകാലത്ത്. അന്ന് ഞങ്ങൾ ഒന്നിച്ചായിരുന്നില്ല രാജമല കാണാനെത്തിയത്. കുറിഞ്ഞി പൂത്തുലഞ്ഞ് നീലരാശി പകർന്ന രാജമലയിൽ വെവ്വേറെ എത്തിച്ചേർന്ന് നീലക്കുറിഞ്ഞികളെ നേരിട്ടു കണ്ടതാണ് കുറിഞ്ഞികളുടെ ലോകത്തേക്ക് ഞങ്ങളെ അടുപ്പിക്കാൻ വഴിയൊരുക്കിയത്. അതിൽപ്പിന്നെ, കുറിഞ്ഞികളുടെ വൈവിദ്ധ്യം തേടി മഴക്കാലത്തും മഞ്ഞുകാലത്തും വേനൽക്കാലത്തും രാജമലയിലും കൊളുക്കുമലയിലും പാമ്പാടുംചോലയിലും ആനമുടിച്ചോലയിലും അഗസ്ത്യകൂടത്തിലും പലകുറി ഞങ്ങൾ ഒന്നിച്ച് സഞ്ചരിച്ചു. കുറിഞ്ഞികളുടെ വിസ്മയലോകത്തേക്കുള്ള ഈ യാത്രകളിലെല്ലാം പലതരം കുറിഞ്ഞികൾ ഞങ്ങൾക്ക് മുന്നിൽ മാസ്മരികത പകർന്നെത്തി. ഒപ്പം സഞ്ചരിച്ച, പ്രകൃതിഫോട്ടോഗ്രാഫർ കൂടിയായ പ്രിയമിത്രം അജോഷ് പാറയ്ക്കൻ കണ്ടവയെയെല്ലാം ക്യാമറയിൽ ഒപ്പിയെടുക്കാനും ശ്രദ്ധിച്ചിട്ടുണ്ട്.

പശ്ചിമഘട്ടത്തിലെ ഭൂപ്രകൃതി കുറിഞ്ഞികളുടെ വൈവിദ്ധ്യത്തിനും നിലനില്പിനും അനുകൂലമാണ്. വല്ലപ്പോഴുമെത്തുന്ന കാട്ടുതീപോലും നീലക്കുറിഞ്ഞിയെ ബാധിക്കുന്നില്ലെന്നാണ് പുതിയ കണ്ടെത്തൽ. ഇതിന്റെ

ചുവടുഭാഗം തീപിടിക്കാറില്ലത്രെ. അതിനാൽ, കാട്ടുതീ കുറിഞ്ഞിയെ നശിപ്പിക്കുന്നില്ല. ആകെക്കൂടി കുറിഞ്ഞികൾക്ക് നാശം വരുത്തുന്നത് മനുഷ്യൻ മാത്രമാണെന്നാണ് വിലയിരുത്തൽ. പശ്ചിമഘട്ടത്തിലെ കുറിഞ്ഞികളെ സംരക്ഷിക്കാൻ സർക്കാർ നടത്തുന്ന പ്രവർത്തനങ്ങൾ കാര്യക്ഷമമാകുന്നില്ല എന്നുവേണം കരുതാൻ. കുറിഞ്ഞികളുടെ സംരക്ഷണം എന്നത് കേവലം ആ സസ്യങ്ങളെ മാത്രം സംരക്ഷിക്കുന്നത് കൊണ്ട് സാദ്ധ്യമാകുന്നതല്ല. മറിച്ച്, അവയുടെ ആവാസ സ്ഥാനങ്ങളായ, ചോലക്കാടുകളും പുൽമേടുകളും ഉൾപ്പെടുന്ന ഒരു പ്രദേശത്തെ മുഴുവൻ സംരക്ഷിക്കാൻ കഴിയുന്ന തരത്തിലുള്ളതാവണം സംരക്ഷണ സംരംഭങ്ങൾ. കാരണം, ലോകത്തിലെ മറ്റൊരു പൂവിനും ചെടിക്കും അവകാശപ്പെടാനാവാത്ത സവിശേഷത കളുള്ളവയാണ് കുറിഞ്ഞികൾ. ലോക സസ്യഭൂപടത്തിൽ പശ്ചിമഘട്ടത്തിന്റെ സ്ഥാനം ഉറപ്പിച്ചതിൽ കുറിഞ്ഞികൾക്കും അനിഷേധ്യമായ പങ്കുണ്ട് എന്ന് നാമോരോരുത്തരും മനസ്സിലാക്കണം.

ഈ നീലനക്ഷത്രങ്ങൾ ഭൂമിയിൽ നിലനിർത്തേണ്ടത് നമ്മുടെ കടമയാണെന്ന ബോധം സർക്കാരിനും പൊതുജനങ്ങൾക്കുമുണ്ടാകണം. നമ്മുടെ വരുംതലമുറകൾക്ക് നൽകാവുന്ന ഏറ്റവും മനോഹരമായ സമ്മാനമായിരിക്കും കുറിഞ്ഞികൾ പൂത്ത് പരിലസിക്കുന്ന ലോകം.

ഞങ്ങളിവിടെ കുറിഞ്ഞികളുടെ വിശേഷങ്ങൾ സസ്യ പ്രേമികൾക്കായി പങ്കുവയ്ക്കുകയാണ്. ഈ സംരംഭത്തിനായുള്ളള യാത്രകളിൽ ഞങ്ങളോടൊപ്പം വന്ന, തിരുവനന്തപുരം ഇൻഡ്യൻ ഇൻസ്റ്റിറ്റ്യൂട്ട് ഓഫ് സ്പേസ് സയൻസ് ആൻഡ് ടെക്നോളജിയിലെ പ്രോജക്ട് എൻജിനീയറായ ശ്രീഹരി നായർക്കും ഫോട്ടോഗ്രാഫറായ പ്രിയമിത്രം അജോഷ് പാറയ്ക്കനും ഞങ്ങൾ ഹൃദയപൂർവ്വം നന്ദി പറയുന്നു. ഇത് പുസ്തകരൂപത്തിലാക്കി പ്രസിദ്ധീകരിക്കുന്ന തൃശൂർ ഗ്രീൻ ബുക്സിനും അകൈതവമായ നന്ദി.
സ്നേഹപൂർവ്വം

ഡോ. ടി.ആർ. ജയകുമാരി
ആർ. വിനോദ്കുമാർ

പശ്ചിമഘട്ടത്തിലെ നീലവിസ്മയം

1600 കി.മീ. നീളത്തിൽ ഗുജറാത്ത്, മഹാരാഷ്ട്ര, ഗോവ, കർണാടക, തമിഴ്നാട്, കേരളം എന്നീ ആറ് സംസ്ഥാനങ്ങളിലൂടെ കടന്നുപോകുന്ന പശ്ചിമഘട്ടമലനിരകൾ ലോകത്തിന് എന്നുമൊരു വിസ്മയമാണ്. ഇവിടുത്തെ ജൈവവൈവിധ്യമാണ് ലോകത്തെ വിസ്മയത്തിന്റെ നെറുകയിലേക്ക് നയിക്കുന്നത്. ലോകപൈതൃകപ്പട്ടികയിൽ ഇടംനേടിയ പശ്ചിമഘട്ടം മഹാജൈവവൈവിധ്യ മേഖല (Biodiversity Hotspot) എന്ന പദവിക്കും അർഹമായിട്ടുണ്ട്. ഏതാണ്ട് ഒരു ലക്ഷത്തി അറുപതിനായിരം ചതുരശ്ര കിലോമീറ്റർ വിസ്തൃതിയുള്ള പശ്ചിമഘട്ടത്തിൽ ലോകത്തിലെ ഏറ്റവും പഴക്കമുള്ള മഴക്കാടുകളും ചോലവനങ്ങളും പുൽമേടുകളും ഏറെയുണ്ട്. കേരളത്തിന്റെ സ്വന്തമായ സൈലന്റ് വാലിയും അഗസ്ത്യമലയും ഇരവികുളവുമെല്ലാം ഇതിനുദാഹരണങ്ങളാണ്.

ഇതിന് ശാസ്ത്രലോകം ചൂണ്ടിക്കാണിക്കുന്ന സുപ്രധാന കാരണം, ഗോണ്ട്വാന എന്ന മഹാഭൂഖണ്ഡത്തിന്റെ ഭാഗമായിരുന്നു പണ്ട് ഇന്ത്യൻ ഉപഭൂഖണ്ഡം എന്നതാണ്. ഭൂമിയിലെ വൻകരകൾ ഇന്ന് കാണുന്നതുപോലെ വേറിട്ടായിരുന്നില്ല പണ്ട് കിടന്നിരുന്നത്. അന്ന് അവ പാൻജിയ (Pangea) എന്ന ഒറ്റ ബൃഹദ് ഭൂപ്രദേശമായിരുന്നു. ഗ്രീക്കുഭാഷയിൽ ഭൂമി മുഴുവൻ എന്നാണ് പാൻജിയ എന്ന വാക്കിനർത്ഥം. ഇതിന്റെ തെക്കൻ പ്രദേശങ്ങളെ ഗോണ്ട്വാനാ ലാൻഡ് എന്നും വടക്കൻ പ്രദേശങ്ങളെ ലോറേഷ്യ എന്നും ശാസ്ത്രജ്ഞന്മാർ വിളിച്ചു. ഏതാണ്ട് 230 ദശലക്ഷം വർഷങ്ങൾക്കു മുമ്പ് പാൻജിയയുടെ ശിലാപാളികൾ അടുക്കുതെറ്റി ചലിച്ചു മാറിയാണത്രെ ആറ് ഭൂഖണ്ഡങ്ങളുണ്ടായത്. ആഫ്രിക്ക, തെക്കേ അമേരിക്ക, ഓസ്ട്രേലിയ, അന്റാർട്ടിക്ക എന്നീ ഭൂഖണ്ഡങ്ങൾ ഗോണ്ട്വാനാ ലാൻഡിന്റെ ഭാഗമായിരുന്നു. ഇവയോടൊപ്പമായിരുന്നു ഇന്ത്യൻ ഉപഭൂഖണ്ഡത്തിന്റെ സ്ഥാനവും.

ജർമ്മനിയിൽ ജനിച്ച ആൽഫ്രെഡ് വെഗ്നർ എന്ന ശാസ്ത്രജ്ഞനാണ് ഇത്തരമൊരു നിഗമനം ലോകത്തിനു നൽകിയത്. ഭൂമിയിലെ ഭൂഖണ്ഡങ്ങൾ ഒന്നുചേർന്ന് ഒറ്റഭൂഖണ്ഡമായിരുന്നെന്നും കോടാനുകോടി

വർഷങ്ങളിലൂടെ ഇവ പിളർന്നകന്ന് ഇന്നത്തെപ്പോലെ വേറിട്ടുവെന്നും തെളിവുകൾ നിരത്തി വെഗ്നെർ സമർത്ഥിച്ചു. 1912-ലാണ് വെഗ്നർ ഈ സിദ്ധാന്തം അവതരിപ്പിച്ചത്. ഫലകചലനസിദ്ധാന്തം എന്ന് പിന്നീടറിയപ്പെട്ട ആ കണ്ടെത്തലുകൾ ലോകം ആദ്യം തള്ളിക്കളഞ്ഞെങ്കിലും 1960 കളിൽ അംഗീകരിക്കുകയുണ്ടായി. പ്രാചീനകാലത്ത് ഇന്ത്യൻ ഉപഭൂഖണ്ഡത്തിനും ഏഷ്യാവൻകരയ്ക്കുമിടയിൽ ടെത്തിസ് എന്നൊരു കടലുണ്ടായിരുന്നു. ഇന്ത്യൻ ഉപഭൂഖണ്ഡവും ഏഷ്യാവൻകരയും പിന്നീട്ട് കൂട്ടിയിടിക്കുകയുണ്ടായത്രെ. അതിന്റെ ഫലമായി രൂപംകൊണ്ടതാണ് ഹിമാലയ പർവതനിരകളെന്ന് ആൽഫ്രെഡ് വെഗ്നെർ അഭിപ്രായപ്പെട്ടു. പ്ലേറ്റ് ടെക്റ്റോണിക്സ് എന്ന ശാസ്ത്രശാഖയാണ് ഇക്കാര്യങ്ങളെക്കുറിച്ച് പഠിക്കുന്നത്. ഇപ്രകാരം തന്നെയായിരുന്നു പശ്ചിമഘട്ടത്തിന്റെയും ഉദ്ഭവം. ഭൂമിയിൽ സസ്തനികൾ ജനിക്കുന്നതിനു മുമ്പാണ് ഈ ഏകലോകം ഉണ്ടായിരുന്നതെന്ന് ഓർക്കണം. ഇവ തമ്മിൽ ബന്ധമുണ്ടായിരുന്നു എന്നതിന്റെ തെളിവാണ് പല രാജ്യങ്ങളിലെയും സസ്യ-ജന്തുജാലങ്ങൾ തമ്മിലുള്ള സാമ്യം.

ഇപ്രകാരം കരകൾ വേർപെടുകയും പിന്നീട് കൂടിച്ചേരുകയും ചെയ്യുന്നതിനിടയിൽ ചില വിള്ളലുകൾ പല ഭാഗങ്ങളിലുമുണ്ടായി. അത്തരം വിള്ളലുകളാണ് പശ്ചിമഘട്ടത്തിൽ വിടവുകൾ (പാലക്കാട് ചുരം) സൃഷ്ടിച്ചത്. മഹാപ്രളയം നടന്നപ്പോൾ പശ്ചിമഘട്ടത്തിലെ ഒരു ഭാഗം ഏതാണ്ട് 41 കിലോമീറ്റർ നീളത്തിൽ പിടുത്തം വിട്ട് താണുപോയതുവഴിയാണ് പാലക്കാട് ചുരം രൂപംകൊണ്ടതെന്നാണ് ഭൂഗർഭ ശാസ്ത്രജ്ഞന്മാരുടെ മതം. അതിനാൽത്തന്നെ പശ്ചിമഘട്ടത്തിന് ഏതാണ്ട് ഏഴു കോടി വർഷത്തെ പഴക്കമുണ്ടാകുമെന്ന് കരുതുന്നു. ക്രിസ്തുവിന് മുമ്പുള്ള കാലഘട്ടത്തിൽ രചിക്കപ്പെട്ടതെന്ന് കരുതുന്ന രാമായണത്തിലും മഹാഭാരതത്തിലുമെല്ലാം ഈ മലനിരകളെക്കുറിച്ച് വ്യക്തമായ സൂചനകളുണ്ട്.

ഭൂമിയിൽ അവശേഷിക്കുന്ന അത്യപൂർവ്വ മഴക്കാടുകൾ നിറഞ്ഞ വനഭൂമിയാണ് പശ്ചിമഘട്ടം. പായലുകളിൽ തുടങ്ങി വൻമരങ്ങൾ വരെ നീളുന്ന ഹരിതസമൃദ്ധി പശ്ചിമഘട്ടത്തിന്റെ കാതലാണ്. പശ്ചിമഘട്ടത്തിൽ 7500-ഓളം സ്പീഷീസ് സസ്യങ്ങളെ കണ്ടെത്തിയിട്ടുണ്ട്. ലോകത്ത് ഇവിടെ മാത്രം കാണാനാവുന്ന നൂറുക്കണക്കിന് ദേശജാതി (Endemic) സസ്യങ്ങളും ഇക്കൂട്ടത്തിലുണ്ട്. പുതിയവ കണ്ടെത്തിക്കൊണ്ടിരിക്കുന്നു. പശ്ചിമഘട്ടത്തിലെ 1300 മീറ്ററിന് മുകളിൽ ഉയരമുള്ള മലകളിലെ ചോലവനങ്ങളും പുൽമേടുകളും ഒരു പ്രത്യേകതരം ആവാസവ്യവസ്ഥയാണ് കാഴ്ചവെയ്ക്കുന്നത്. ദൂരെക്കാഴ്ചയ്ക്ക് മൊട്ടക്കുന്നുകൾ പോലെ കാണപ്പെടുന്ന പർവ്വതപുൽമേടുകളുടെയിടയിലെ ചെറിയ ഇരുണ്ട കാടുകളാണ് ചോലവനങ്ങൾ. ജൈവവൈവിദ്ധ്യം അതിന്റെ പാരമ്യതയിലുള്ള അസാധാരണ മേഖലകളാണിവ. ഇവിടത്തെ സസ്യാവരണത്തിന്റെ വൈവിദ്ധ്യം ശാസ്ത്രലോകത്തിന് ഇന്നും വിസ്മയം പകരുന്നതാണ്.

ഇവിടെ കണ്ടുവരുന്ന സവിശേഷമായ ഒരു സസ്യജാതിയാണ് കുറിഞ്ഞികൾ. ലോകത്ത് തെക്കുകിഴക്കൻ ഏഷ്യൻ രാജ്യങ്ങളിൽ മാത്രമാണ് കുറിഞ്ഞികളെ കാണപ്പെടുന്നത്. 350 ലധികം ജാതി കുറിഞ്ഞികളെ തിരിച്ചറിഞ്ഞിട്ടുണ്ട്. ഇവയിൽ 150 ജാതികൾ ഇന്ത്യയിലാണുള്ളത്. പശ്ചിമഘട്ടത്തിൽ മാത്രം 64 ജാതി കുറിഞ്ഞികളുള്ളതായി പഠനറിപ്പോർട്ടുകൾ സൂചിപ്പിക്കുന്നു. ലോകത്ത് മറ്റൊരു മേഖലയിലും ഇത്രയും വൈവിധ്യമുള്ള കുറിഞ്ഞികളില്ലെന്നാണ് ശാസ്ത്രലോകത്തിന്റെ കണ്ടെത്തൽ. ഇവയിൽ ഭൂരിഭാഗവും ദേശജാതികളാണ്. ഇവിടത്തെ സാഹചര്യങ്ങളിലല്ലാതെ മറ്റൊരിടത്തും ഇവയ്ക്ക് വളരാനാവില്ല. പശ്ചിമഘട്ടത്തിലുള്ള കുറിഞ്ഞികളിൽ പകുതിയിലധികവും നമ്മുടെ കൊച്ചുകേരളത്തിലാണ് കാണപ്പെടുന്നതെന്നത് എടുത്തുപറയേണ്ട വസ്തുതയാണ്.

കുറിഞ്ഞികളുടെ പൊതുവിശേഷങ്ങൾ

സപുഷ്പിസസ്യങ്ങളിലെ അക്കാന്തേസിയേ എന്ന കുടുംബത്തിലെ രണ്ടാമത്തെ വലിയ ജനുസ്സായ സ്ട്രൊബിലാന്തസിൽ ഉൾപ്പെടുന്നവയാണ് കുറിഞ്ഞികൾ. ജനുസ്സുനാമത്തിന് കാരണമായിരിക്കുന്നത് ഇവയുടെ ത്രികോണാകൃതിയിലുള്ള സ്പൈക്ക് പൂങ്കുലകളാണ്. കോൺ എന്നർത്ഥമുള്ള സ്ട്രൊബൈലോസ്, പൂവ് എന്നർത്ഥമുള്ള ആന്തോസ് എന്നീ ലത്തീൻ മൂലപദങ്ങളിൽ നിന്ന് രൂപംകൊണ്ട സ്ട്രൊബിലാന്തസ് (അഥവാ സ്ട്രൊബൈലാന്തസ്) എന്ന ജനുസ്സുനാമം, തുടർച്ചയായി, പൂന്തണ്ടുകളില്ലാത്ത പൂക്കളുണ്ടായിക്കൊണ്ടിരിക്കുന്ന പൂങ്കുലകളുടെ ആകൃതിയെയാണ് സൂചിപ്പിക്കുന്നത്.

ബഹുവർഷികളായ ഓഷധികളും ചെറിയ കുറ്റിച്ചെടികളും ചെറിയ മരത്തോളം ഉയരത്തിൽ വളരുന്ന വലിയ കുറ്റിച്ചെടികളുമുള്ള ജനുസ്സാണ് സ്ട്രൊബിലാന്തസ്. ഹൈറേഞ്ചുകളോട് ഇതിലെ അംഗങ്ങൾക്ക് പ്രതിപത്തിയുള്ളതായി കാണുന്നു. ഇക്കൂട്ടത്തിൽ സാഹചര്യങ്ങൾക്കനുസരിച്ച് വ്യത്യസ്തമായ വളർച്ചാരീതി സ്വീകരിക്കുന്നവയുണ്ട്. ബാഹ്യഘടനയിലും ഇത്തരം വ്യത്യാസങ്ങൾ ശ്രദ്ധിക്കപ്പെട്ടിട്ടുണ്ട്. പലയിനങ്ങൾക്കും കൂട്ടമായി വളരാനുള്ള പ്രവണതയും കാണുന്നു. മിക്കവാറും ഇനങ്ങളുടെ തണ്ടുകൾക്ക്, ഇളം പ്രായത്തിലെങ്കിലും ചതുഷ്കോണാകൃതിയായിരിക്കും. ഇലകൾക്ക് ആയതാകൃതിയാണ് സാധാരണമെങ്കിലും അണ്ഡാകൃതിയും കണ്ടുവരുന്നു. നേർത്ത് കടലാസുപോലുള്ളതും തോലുപോലുള്ളതും തകിടുപോലുള്ളതുമായ ഇലകളുള്ള ഇനങ്ങളുണ്ട്. മിക്കവാറും സ്പീഷീസുകൾക്ക് ഇലഞെട്ട് കാണും. ഇലയുടെ അരികുകളിൽ ചെറുതോ വലുതോ ആയ പല്ലുകളും കാണും. സസ്യഭാഗങ്ങളിൽ സിൽക്കുരോമങ്ങളോ ഒട്ടുന്ന ഗ്രന്ഥിലോമങ്ങളോ കാണുന്നതും സാധാരണമാണ്.

ഇതിലെ ചില സ്പീഷീസുകൾ വർഷാവർഷം പൂക്കുകയും കായ്ക്കുകയും ചെയ്യും. എന്നാൽ, പല സ്പീഷീസുകളും വർഷങ്ങൾ നീളുന്ന

കായികവളർച്ചയുടെ അവസാനഘട്ടത്തിൽ കൂട്ടമായി പൂത്തുകായ്ച്ച് നശിച്ചുപോകുന്നവയാണ്. ഇത്തരക്കാരെ സസ്യശാസ്ത്രജ്ഞന്മാർ പ്ലീറ്റേസിയൽ സ്പീഷീസെന്ന് വിളിക്കുന്നു. തണുപ്പും മഞ്ഞുവീഴ്ചയുമുള്ള ആവാസമേഖലകളിൽ തങ്ങളുടെ വംശത്തിന്റെ നിലനില്പ് ഉറപ്പാക്കുന്നതിനുള്ള കരുതലാണ് കൂട്ടമായുള്ള ഈ പ്രജനനരീതി എന്ന് അനുമാനിക്കുന്നു.

കുറിഞ്ഞികളുടെ പൊതുവായ മറ്റൊരു പ്രത്യേകത, ദീർഘമായ ഇടവേളകളിലുള്ള കൂട്ടപ്പൂക്കലാണ്. ഒരു വർഷം മുതൽ 16 വർഷം വരെയുള്ള ഇടവേളകൾ കഴിയുമ്പോൾ പൂക്കുന്ന ഇനങ്ങളുണ്ട്. മിക്കവാറും കുറിഞ്ഞികൾ അതിന്റെ ജീവിതത്തിൽ ഒരിക്കൽ മാത്രം പൂത്ത് ജീവിതചക്രം അവസാനിപ്പിക്കുകയാണ് പതിവ്. സസ്യലോകത്ത് നമുക്ക് പരിചിതമായ മുളയും കുടപ്പനയും മറ്റും ഇത്തരത്തിൽ ജീവിതാന്ത്യത്തിൽ മാത്രം പൂത്ത് ജീവിതം പൂർത്തിയാക്കുന്നവയാണ്. ആ ശ്രേണിയിലാണ് ഇത്തിരിക്കുഞ്ഞന്മാരായ കുറിഞ്ഞികളും ഉൾപ്പെടുന്നത്. ധാരാളം വിത്തുകൾ ഉല്പാദിപ്പിച്ചശേഷം നശിക്കുന്ന കുറിഞ്ഞികൾ ഒരു ക്ലിപ്തകാലം കഴിഞ്ഞ്, നിദ്ര വിട്ട് ഉണർന്നെഴുന്നേൽക്കുന്നതു പോലെ പൊട്ടിമുളച്ചു വളർന്ന് ഒരുമിച്ച് പൂവിടുന്നത് ഇന്നും ശാസ്ത്രലോകത്തിന് പിടികൊടുക്കാത്ത അതിശയ പ്രതിഭാസമാണ്.

കുറിഞ്ഞികളുടെ പൂങ്കുലകൾക്കും പൂക്കൾക്കുമുണ്ട് സവിശേഷതകൾ. പൂങ്കുലകൾ ഒറ്റയായുള്ള സ്പൈക്കുകളോ ഒന്നിലധികം സ്പൈക്കുകളുടെ കൂട്ടമോ ആകാം. മിക്കവയിലും രോമാവരണമുണ്ടാവുമെന്നതും സാധാരണം. അനേകം സഹപത്രങ്ങളും സഹപത്രകങ്ങളും അടുക്കിയതായിരിക്കും ഓരോ സ്പൈക്ക് പൂങ്കുലയും. ഒരു പൂങ്കുലയിൽ നിന്ന് നാളുകളോളം പൂക്കളുണ്ടായിക്കൊണ്ടിരിക്കും. പൂക്കൾക്ക് തണ്ടുകളുണ്ടാവില്ല. പൂക്കളുടെ നിറം മിക്കവാറും നീലയുടെയോ പർപ്പിളിന്റെയോ പിങ്കിന്റെയോ ഷെയ്ഡുകളായിരിക്കും. അഞ്ചു വീതം ബാഹ്യദളങ്ങളും ദളങ്ങളുമുള്ള പൂവിലെ ദളപുടം മണി ആകൃതിയിലോ ചോർപ്പിന്റെ ആകൃതിയിലോ കുടത്തിന്റെ ആകൃതിയിലോ ആയിരിക്കും കാണുക. പൂവിലെ വിടർന്ന ഇതളുകൾ ഒരേ വലുപ്പത്തിൽ സ്വതന്ത്രമായോ മുകളിൽ രണ്ടും താഴെ മൂന്നും ചേർന്ന് രണ്ടധരങ്ങളായോ കാണും. രണ്ടെണ്ണം ചെറുതും രണ്ടെണ്ണം വലുതുമായി മിക്കവാറും നാല് കേസരങ്ങളാണ് കാണുന്നത്. ചിലയിനങ്ങളിൽ ദളപുടനാളിയുടെ അകത്തും കേസരതന്തുക്കളിലും മൃദുവായ സിൽക്കുരോമങ്ങൾ കാണാറുണ്ട്. എല്ലാ സ്പീഷീസുകളിലും കായ് ക്യാപ്സ്യൂളാണ്. നാലു വിത്തുകളാണ് സാധാരണ കാണുക.

നീലക്കുറിഞ്ഞിയും കുറിഞ്ഞിമലസങ്കേതവും

കുറിഞ്ഞികളിൽ നമുക്ക് ഏറെ പരിചിതമായിട്ടുള്ളത് നീലക്കുറിഞ്ഞിയാണ്. ആനമല, നീലഗിരി, പളനിമല എന്നിവിടങ്ങളിലെ 1300–2400 മീറ്റർ ഉയരത്തിലുള്ള പർവ്വതപുൽമേടുകളിലെ മരങ്ങളില്ലാത്ത

മലഞ്ചെരിവുകളാണ് കുറിഞ്ഞികളിലെ റാണിയായ നീലക്കുറിഞ്ഞിയുടെ ഇഷ്ടതാവളങ്ങൾ. മണമോ ഔഷധഗുണമോ ഇല്ലാത്ത നീല കലർന്ന പർപ്പിൾ പൂക്കൾ പേറിനില്ക്കുന്ന മൂന്നുമാസത്തോളം കാലത്തുമാത്രമാണ് ഇവ ശ്രദ്ധാകേന്ദ്രങ്ങളാകുന്നത്. 19-ാം നൂറ്റാണ്ടിന്റെ ആരംഭത്തിൽ ഇടുക്കിയിലും മറ്റും മലകയറിയെത്തിയ യൂറോപ്യന്മാരാണ് നീലക്കുറിഞ്ഞികളെ ആദ്യമായി നിരീക്ഷിച്ചുതുടങ്ങിയത്. 1838 മുതൽ 1934 വരെയുള്ള ഇവയുടെ പൂക്കാലം (ഏതാണ്ട് നൂറ് വർഷം) കൃത്യമായി രേഖപ്പെടുത്തുകയും പഠനവിധേയമാക്കുകയും ചെയ്തിരുന്നതിന് തെളിവുകളുണ്ട്.

ഇടുക്കിയിൽത്തന്നെ രണ്ട് ഘട്ടങ്ങളിലായിട്ടാണ് ഇവ പൂക്കുന്നത്. ഇരവികുളം ദേശീയോദ്യാനത്തിൽ 1970,1982, 1994, 2006, 2018 വർഷങ്ങളിൽ പൂക്കാലം എത്തിയെങ്കിൽ ഇതിനടുത്തുള്ള മാട്ടുപ്പെട്ടി, സൂര്യനെല്ലി ഭാഗങ്ങളിൽ 1978, 1990, 2002, 2014 എന്നീ വർഷങ്ങളിലാണ് ഇവ പൂത്തത്. കുറിഞ്ഞിയുടെ പൂക്കാലം ഇടുക്കി മലനിരകളെ നീലപ്പട്ടുടുപ്പിക്കുന്നത് അപാരഭംഗിയുള്ള അലൗകിക കാഴ്ചയാണ്. അഭൗമസുന്ദരമായ ഈ പുഷ്പസഞ്ചയമാണ് മൂന്നാറിന് വിനോദസഞ്ചാര ഭൂപടത്തിൽ സ്ഥാനം നേടിക്കൊടുത്തത്. നീലക്കുറിഞ്ഞിയുടെ മനംമയക്കുന്ന മനോഹാരിത തമിഴ് സംഘസാഹിത്യത്തിലും വിളക്കിച്ചേർത്തിട്ടുണ്ട്. സംഘകൃതികളിലെ പ്രകൃതിവർണ്ണനയിലാണ് നീലക്കുറിഞ്ഞി കടന്നുവരുന്നത്. ഈ കാവ്യരചനയുടെ കാലം ബി. സി. 500 മുതൽ എ.ഡി.യുടെ ആരംഭം വരെയാണെന്ന് കരുതുന്നു.

നീലക്കുറിഞ്ഞിപ്പൂക്കളിലെ തേനിനുമുണ്ട് മഹത്വം. പൂക്കാലത്ത് എണ്ണമറ്റ തേനീച്ചകൾ ആ പ്രദേശത്ത് തലങ്ങും വിലങ്ങും മൂളിപ്പറക്കുന്ന കാഴ്ച ആരുടെയും ശ്രദ്ധയാകർഷിക്കുന്നതാണ്. ഇക്കാലത്ത് തേനീച്ചകൾ മറ്റു പൂക്കളിൽ നിന്ന് തേൻ സംഭരിക്കാറില്ലെന്നാണ് കണ്ടെത്തിയിട്ടുള്ളത്. ഇങ്ങനെ, ഒരു ചെടിയിൽ നിന്നുമാത്രം സംഭരിക്കപ്പെടുന്ന തേനിനെ സസ്യശാസ്ത്രജ്ഞർ യൂണിഫ്ളോറൽ ഹണി (ഏകപുഷ്പ മധു) എന്നാണ് വിശേഷിപ്പിക്കുന്നത്. കുറിഞ്ഞിത്തേനിന് മധുരവും ഗുണവും കൂടുതലായിരിക്കും. (ഞങ്ങളുടെ അനുഭവം). തമിഴ് സംഘകൃതികളിലും കുറിഞ്ഞിത്തേനിനെക്കുറിച്ച് പരാമർശിക്കുന്നുണ്ട്.

നീലക്കുറിഞ്ഞികൾക്ക് ഗിരിവർഗ്ഗക്കാരുടെ ജീവിതത്തിൽ വളരെ പ്രാധാന്യമുണ്ട്. മൂന്നാറിലെ മുതുവാൻ വിഭാഗക്കാരും നീലഗിരിമലകളിലെ ടോഡ വിഭാഗക്കാരും ഇവയുടെ പൂക്കാലം പുണ്യകാലമായി കണക്കാക്കുന്നു. അവരുടെ വിശ്വാസങ്ങളിൽ ക്ഷേമൈശ്വര്യങ്ങളുടെ വരവിന്റെ സൂചനയാണ് കുറിഞ്ഞിവസന്തം. ചില ആദിവാസിഗോത്രക്കാർ സ്വന്തം പ്രായം കുറിഞ്ഞിപ്പൂക്കാലത്തിന്റെ ഇടവേളകളുമായി ബന്ധപ്പെടുത്തിയാണത്രെ കണക്കാക്കിയിരുന്നത്.

ചോലക്കാടുകളും പുൽമേടുകളും വിവിധ കാരണങ്ങളാൽ നാശോന്മുഖമായി ക്കൊണ്ടിരിക്കുന്നത് പശ്ചിമഘട്ടത്തിന്റെ സന്തതികളായ

നീലക്കുറിഞ്ഞികളിൽ ഏല്പിക്കുന്ന ആഘാതം ചില്ലറയല്ല. തമിഴ് നാട്ടിലും കേരളത്തിലും മുമ്പുണ്ടായിരുന്നതിന്റെ 10 ശതമാനം കുറിഞ്ഞി കൾ പോലും ഇപ്പോഴില്ലെന്നാണ് കണ്ടെത്തിയിട്ടുള്ളത്. 19-ാം നൂറ്റാണ്ടിൽ ത്തന്നെ, കാപ്പി, തേയിലത്തോട്ടങ്ങൾക്കായി ഇവയുടെ ആവാസസ്ഥാന ങ്ങളുടെ വലിയൊരു ഭാഗം പരിവർത്തനം ചെയ്യപ്പെട്ടു. പൈൻമര ങ്ങളും വാറ്റിലുകളും യൂക്കാലിപ്റ്റസുകളും കൂടി വൻതോതിൽ എത്തിയതോടെ സ്ഥിതി ഒന്നുകൂടി പരുങ്ങലിലായി. വർദ്ധിച്ചുവരുന്ന വിനോദസഞ്ചാരം ഏല്പിക്കുന്ന മുറിവുകളും ചെറുതല്ല. റിസോർട്ടു കളും റെസ്റ്റോറന്റുകളും റോഡുകളും വാഹനങ്ങളും പ്ലാസ്റ്റിക്കുകളും ഒക്കെക്കൂടി ഈ തനത് സസ്യങ്ങളുടെ നിലനില്പ് അവതാളത്തിലാക്കി യിരിക്കുന്നു. ഇന്നിവ വംശനാശഭീഷണി നേരിടുന്നവയുടെ കൂട്ടത്തി ലാണ്.

ഇവയുടെ ആവാസസ്ഥാനങ്ങൾക്ക് ഇനി ശിഥിലീകരണവും ശോഷ ണവും സംഭവിക്കാതെ, അവയെ അതീവ ശ്രദ്ധയോടെ സംരക്ഷിക്കേണ്ട സമയം അതിക്രമിച്ചിരിക്കുന്നു. കുറിഞ്ഞിസംരക്ഷണത്തിന്റെ പ്രാരംഭ നടപടിയായി 1989-ൽ കേരളത്തിലാരംഭിച്ച സംരംഭമാണ് സേവ് കുറിഞ്ഞി ക്യാമ്പെയ്ൻ. ഇതിന്റെ ആഹ്വാനം അനുസരിച്ച് 2006 കുറിഞ്ഞികളുടെ വർഷമായി പ്രഖ്യാപിക്കുകയുണ്ടായി. അതേ വർഷം തന്നെ ഭാരതീയ തപാൽ വകുപ്പ് കുറിഞ്ഞികളുടെ പ്രാധാന്യം എടുത്തുകാട്ടാൻ ഒരു സ്റ്റാമ്പ് പുറത്തിറക്കുകയും ചെയ്തു. കുറിഞ്ഞികളുടെ സംരക്ഷണം ലാക്കാക്കി ഇടുക്കി ജില്ലയിലെ വട്ടവട, കോട്ടകമ്പൂർ എന്നിവ ഉൾപ്പെടുന്ന 32 ചതുരശ്ര കിലോമീറ്റർ പ്രദേശം കുറിഞ്ഞിമല സങ്കേതമായി പ്രഖ്യാ പിച്ചതും ഇതേ വർഷമാണ്.

2018-ലെ മൂന്നാറിലെ നീലക്കുറിഞ്ഞി വസന്തകാലം ഏറെ സവിശേ ഷതകളുള്ളതായിരുന്നു. 12 വർഷത്തിലൊരിക്കൽ പൂക്കുന്ന നീലക്കുറി ഞ്ഞിയും 10 വർഷത്തിലൊരിക്കൽ പൂക്കുന്ന ചോലക്കുറിഞ്ഞിയും 60 വർഷത്തെ ഇടവേളയ്ക്കു ശേഷം ഇക്കുറി ഒരുമിച്ച് പൂത്തുവെന്നതാണ് ഒരു അപൂർവ്വത. അതുപോലെ സംഭവിച്ച മറ്റൊരു അപൂർവ്വതയാണ് മേട്ടു ക്കുറിഞ്ഞിയും നീലക്കുറിഞ്ഞിയും ഒരേ സമയം പൂവിട്ടുനിൽക്കുന്ന കാഴ്ച. 84 വർഷത്തിലൊരിക്കൽ മാത്രമാണ് ഇവ രണ്ടിന്റെയും പുഷ്പി ക്കൽ ചക്രങ്ങൾ ഒരുമിച്ചുകൂടുന്നത്. അങ്ങനെ മേട്ടുക്കുറിഞ്ഞിയും നീല ക്കുറിഞ്ഞിയും ചോലക്കുറിഞ്ഞിയും ചേർന്നാണ് ഇത്തവണ ഈ ഗിരി നിരകളെ നീലപ്പൂമ്പട്ടുടുപ്പിച്ചത്. ഇവയുടെ വർണ്ണശബളിമയ്ക്കിടയിൽ ഒളിമങ്ങിപ്പോയെങ്കിലും മറ്റു പലയിനം കുറിഞ്ഞികളും ഇവിടെ പൂവിടു കയുണ്ടായി. ഈ സവിശേഷ സാഹചര്യത്തിൽ, പശ്ചിമഘട്ടത്തിലെ പ്രധാന ഇനം കുറിഞ്ഞികളുടെ വിശേഷങ്ങൾ അറിയുന്നത് ഉചിതമായി രിക്കും.

നീലക്കുറിഞ്ഞി

Neelakkurinji

ശാസ്ത്രനാമം: സ്ട്രോബിലാന്തസ് കുന്തിയാനസ്
(Strobilanthes kunthianus (Nees) Anders. ex. Benth.*)*

പശ്ചിമഘട്ടത്തിൽ കാണപ്പെടുന്ന സ്ഥലങ്ങൾ:
കേരളം, തമിഴ്നാട്, കർണാടകം

ദക്ഷിണ പശ്ചിമഘട്ടത്തിലെ ദേശജാതിയായ ഒരു പുഷ്പിതസസ്യമാണ് നീലക്കുറിഞ്ഞി. കുറിഞ്ഞികളിലെ റാണിയെന്ന് വിശേഷിപ്പിക്കാവുന്ന ഇതിന്റെ സാന്നിദ്ധ്യമാണ് നീലഗിരിമലകൾക്ക് ആ പേര് നേടിക്കൊടുത്തത്. ലോകത്ത് നമ്മുടെ പശ്ചിമഘട്ടത്തിൽ മാത്രം കാണപ്പെടുന്ന ഒരു സസ്യമാണിത്. പശ്ചിമഘട്ടത്തിൽത്തന്നെ കേരളത്തിലും തമിഴ്നാട്ടിലും കർണാടകയിലും മാത്രമാണ് ഇവയെ കണ്ടെത്തിയിരിക്കുന്നത്. കേരളത്തിൽ നീലക്കുറിഞ്ഞി കാണപ്പെടുന്നത് ഇടുക്കി ജില്ലയിലാണ്. സമുദ്രനിരപ്പിൽ നിന്ന് 1400 മീറ്ററിന് മുകളിൽ ഉയരമുള്ള, പശ്ചിമഘട്ട മലനിരകളിലെ പുൽമേടുകളാണ് ഇവയുടെ പ്രധാന ആവാസമേഖലകൾ. ചോലവനങ്ങളിലെ വൃക്ഷങ്ങളില്ലാത്ത മലഞ്ചെരിവുകളിലും വളരുന്നുണ്ട്. ചാൾസ് എസ്. കുന്ത് എന്ന ജർമ്മൻ ശാസ്ത്രജ്ഞന്റെ സ്മരണാർത്ഥമാണ് ഇതിന് കുന്തിയാനയെന്ന സ്പീഷീസ്നാമം നൽകിയിരിക്കുന്നത്. സൈലന്റ് വാലിയിലൂടെ ഒഴുകുന്ന കുന്തിപ്പുഴയിൽ നിന്നാണ് ഈ പേരു വന്നതെന്ന് ഒരു തെറ്റായ ധാരണ നിലവിലുണ്ട്.

ഇതിന്റെ പ്രത്യേകത, ഒരു പ്രദേശത്തുള്ള ചെടികൾ ഒന്നിച്ച് പൂക്കുന്നു എന്നതും ഈ പൂക്കാലം മൂന്ന് മാസത്തോളം നീണ്ടുനിൽക്കുന്നു എന്നതുമാണ്. 12 വർഷത്തിലൊരിക്കലാണ് ഇവയുടെ ഇത്തരം കൂട്ടപ്പൂക്കാലം എന്നത് മറ്റൊരു ജനുസ്സിലെ ചെടികൾക്കും അവകാശപ്പെടാനില്ലാത്ത സവിശേഷതയാണ്. കുറിഞ്ഞികളുടെ സാന്നിധ്യം ആദ്യമായി മനസ്സിലാക്കി അവയെ സംരക്ഷിക്കാൻ മുതിർന്നത് ബ്രിട്ടീഷുകാരാണ്. നീലക്കുറിഞ്ഞി പൂത്തുലഞ്ഞ് നീലനിറമാർന്ന മലകൾക്ക് നീലഗിരി എന്ന പേരു നൽകിയതും അവർ തന്നെയാണ്. 1838 മുതൽ നീലക്കുറിഞ്ഞി ഇവിടെ പൂക്കുന്നതിന് തെളിവുകളുണ്ട്.

നീലക്കുറിഞ്ഞി ഒരു ബഹുവർഷി കുറ്റിച്ചെടിയാണ്.സാധാരണഗതിയിൽ ഇതിന് 30-60 സെ.മീ. ഉയരം വയ്ക്കും. ചിലയിടങ്ങളിൽ ഒരു മീറ്റർ വരെ ഉയരമുള്ളവ കാണാറുണ്ട്. ഇതിന്റെ കാണ്ഡം ശാഖിതമാണ്. ചുവട്ടിൽ നിന്ന് നാലുപാടേക്കും ഏകദേശം ഒരേ നീളമുള്ള ധാരാളം ശാഖകൾ ഒരു പൂച്ചെണ്ടിലെന്നതു പോലെയുണ്ടാകുന്നത് കാണാൻ കൗതുകകരമാണ്. ഇടതൂർന്ന ശാഖോപശാഖകളും ഇലകളും ചേർന്ന ഒരു കൂന പോലെയാണ് ചെടി കാണപ്പെടുന്നത്. ശാഖകളിൽ ചെമപ്പുനിറം കലർന്നിരിക്കും.

ഇലകൾ ലഘുവാണ്. പത്രവിന്യാസം സമ്മുഖം. ആയതാകര, കുന്താകാരമുള്ള ഇലയുടെ അരികുകൾ ദന്തുരമായിരിക്കും. പരമാവധി 6 സെ.മീ. നീളവും അതിന്റെ പകുതിയോളം വീതിയും വരുന്ന ഇലപ്പാളിക്ക് കട്ടിക്കടലാസ് പോലെ ദൃഢതയുണ്ടാവും. ഇലയുടെ അടിവശത്തിന് നരച്ച നിറമാണ്.

12 വർഷത്തിലൊരിക്കലാണ് ഇവ പൂക്കുന്നത്. ഒരു പ്രദേശമാകെ ഒന്നിച്ച് പൂത്തുലഞ്ഞ് നില്ക്കുന്ന നീലക്കുറിഞ്ഞികൾക്ക് അലൗകികമായ ഭംഗിയാണ്. പത്രകക്ഷങ്ങളിലുണ്ടാകുന്ന ഓരോ പൂങ്കുലത്തണ്ടിലും 2-5 സ്പൈക്കുകൾ കാണും. സിലിണ്ടർ ആകൃതിയുള്ള ഓരോ സ്പൈക്ക് പൂങ്കുലയ്ക്കും 3-5 സെ.മീ. നീളം കാണും. ഇതിൽ ധാരാളം പൂക്കളുണ്ടാവും. പൂക്കൾക്ക് പർപ്പിൾ കലർന്ന നീലനിറമാണ്. പൂവിന് ശരാശരി 12 മി.മീ. നീളവും 4 മി.മീ. വീതിയുമുള്ള രോമാവൃതമായ സഹപത്രങ്ങളും ശരാശരി 7 മി.മീ. നീളവും 1.5 മി.മീ. വീതിയുമുള്ള രോമാവൃതമായ സഹപത്രകങ്ങളും കാണും. പൂവിലെ ബാഹ്യദളങ്ങളും ദളങ്ങളും സംയുക്തമാണ്. 2.5 സെ.മീ. നീളവും കുടമണിയുടെ ആകൃതിയുമുള്ള ദളപുടത്തിൽ നീണ്ട ഒരു നാളിയും അതിന്റെ അഗ്രത്തിൽ വിടർന്നുനിൽക്കുന്ന 5 ദളങ്ങളും കാണാം. 2 കേസരങ്ങളാണ് കാണുക. അണ്ഡാശയം ഊർധ്വവർത്തി. ഇതിൽ രണ്ട് അറകൾ കാണും. വിത്തു വഴിയാണ് പുനരുദ്ഭവം.

നീലക്കുറിഞ്ഞിയുടെ പരാഗണത്തെക്കുറിച്ച് പല തെറ്റായ ധാരണകളും നിലനിന്നിരുന്നു. കാറ്റിലൂടെയാണ് പരാഗണം നടക്കുന്നതെന്നാണ് കുറച്ചുനാൾ മുൻപു വരെ കരുതിയിരുന്നത്. എന്നാൽ, ലോകത്തിലെ ഏറ്റവും പഴക്കമുള്ള ബയോളജിക്കൽ സൊസൈറ്റിയായ ലിനയൻ സൊസൈറ്റി ഓഫ് ലണ്ടന്റെ പഠനത്തിൽ നിന്നാണ് യഥാർത്ഥ പരാഗണ രീതി വെളിപ്പെട്ടത്. അപിസ് സൊറാനാ ഇൻഡിക്ക എന്ന ശാസ്ത്രനാമത്തിലുള്ള ഒരിനം തേനീച്ചകളാണ് കുറിഞ്ഞിപ്പൂക്കളിലെ പരാഗണത്തിന് പിന്നിലെന്നാണ് അവർ കണ്ടെത്തിയത്. നീലക്കുറിഞ്ഞി പൂത്തുകഴിയുമ്പോൾ ധാരാളം തേനീച്ചകളെത്താറുണ്ട്. പൂവിനുള്ളിൽ ഇറങ്ങിയിരുന്ന് തേനുണ്ണുന്ന ഇവ അതിലെ പൂമ്പൊടിയുമായി അടുത്ത പൂവിലേക്ക് പോകുന്നു. അവിടെ തേനുണ്ണുന്നതിനൊപ്പം, കൊണ്ടുവന്ന പൂമ്പൊടി

സമ്മാനിക്കും. ഇവയുടെ ഇത്തരം പുഷ്പസന്ദർശനങ്ങളാണ് പരാഗണത്തിന് കാരണമാകുന്നത്. നീലക്കുറിഞ്ഞി പൂത്തുകഴിഞ്ഞാൽ ആദിവാസികൾ ഈ ഭാഗങ്ങളിൽ പ്രത്യേകം തേനീച്ചക്കൂടുകൾ സ്ഥാപിക്കുകയും കുറിഞ്ഞിത്തേൻ ശേഖരിക്കുകയും ചെയ്യാറുണ്ട്. കുറിഞ്ഞിത്തേൻ രുചിയിലും ഔഷധമേന്മയിലും മുന്നിലായതിനാൽ ഇതിന് ആവശ്യക്കാർ ഏറെയാണ്.

പൂക്കാലം കഴിഞ്ഞ് വിത്തുകൾ മൂക്കുന്നതോടെ ചെടി നശിക്കും. ആറേഴുമാസം കഴിയുമ്പോൾ ഇതിന്റെ വേരു വരെ നശിച്ചു പോകും. മണ്ണിൽ വീണ വിത്തുകൾ 12 വർഷം കഴിയുമ്പോൾ മുളച്ചുവളരുകയും പുഷ്പിക്കുകയും ചെയ്യും. ഈ പുഷ്പിക്കൽ ചക്രം തുടർന്നുകൊണ്ടിരിക്കും. മനുഷ്യനെ അദ്ഭുതത്തിന്റെ കൊടുമുടി കയറ്റുന്ന ഈ പ്രതിഭാസത്തിന്റെ ശാസ്ത്രം മുഴുവൻ ഇന്നും വെളിവായിട്ടില്ല.

കുറിഞ്ഞിയുടെ നീലനിറം, ഇടുക്കിയുടെ പുണ്യമാണ്. ഒരു മനുഷ്യ ജന്മത്തിൽ ഒന്നോ രണ്ടോ തവണ കാണാൻ കഴിയുന്ന അത്യപൂർവ്വ ചാരുദൃശ്യം. ഇപ്പോൾ നീലക്കുറിഞ്ഞിയെ സംരക്ഷിക്കാൻ ഒരു സംരക്ഷണകേന്ദ്രം കേരളത്തിൽ രൂപവത്ക്കരിച്ചിട്ടുണ്ട്. ഇടുക്കിയിലെ ദേവികുളം താലൂക്കിലെ വട്ടവട, കോട്ടകമ്പൂർ ഗ്രാമങ്ങളിലെ 32 ഹെക്ടർ പ്രദേശത്തായി വ്യാപിച്ചുകിടക്കുന്ന കുറിഞ്ഞിമല വന്യജീവിസംരക്ഷണ കേന്ദ്രം.

മരക്കുറിഞ്ഞി/തൂക്കക്കുറിഞ്ഞി
Slender Coneflower

ശാസ്ത്രനാമം: *സ്ട്രോബിലാന്തസ് ഗ്രാസിലിസ്*
Strobilanthes gracilis Bedd.

പശ്ചിമഘട്ടത്തിൽ കാണപ്പെടുന്ന സ്ഥലങ്ങൾ:
കേരളം, തമിഴ്നാട്

പശ്ചിമഘട്ടത്തിലെ ദേശജാതിയായ ഇതിനെ ദക്ഷിണപശ്ചിമഘട്ടത്തിലെ 1800 മീറ്ററിനു മേൽ ഉയരമുള്ള ചോലക്കാടുകളിലും നിത്യഹരിത വനങ്ങളിലുമാണ് കാണുന്നത്. അടിക്കാടുകളിലാണ് ഇവ വളരാനിഷ്ടപ്പെടുന്നത്. തിരുവനന്തപുരം, ഇടുക്കി, പാലക്കാട് ജില്ലകളിൽ ഇവയെ കാണുന്നുണ്ട്.

കുറിഞ്ഞികളിലെ വലിയ ഇനങ്ങളിലൊന്നാണിത്. കുറ്റിച്ചെടിയാണെങ്കിലും ചെറിയ മരം പോലെയാണ് ഇതിന്റെ വളർച്ച. 4-7 മീറ്റർ ഉയരം വയ്ക്കും. ധാരാളം ശാഖകളുണ്ടാവും. ഇളംതണ്ടുകൾക്ക്

ചതുഷ്കോണാകൃതിയാണ്. തുകൽപ്രകൃതമുള്ള ഇലകൾക്ക് നീണ്ട മുനയുള്ള ദീർഘായതാകാരം. ഇലപ്പാളിക്ക് ശരാശരി 15 സെന്റീമീറ്റർ നീളവും 5 സെന്റീമീറ്റർ വീതിയും വരും. അടിയിൽ സിരകൾ എഴുന്നു നിൽക്കും. അരികുകൾ ദന്തുരമായിരിക്കും. രോമങ്ങളുണ്ടാവില്ല. മൂത്ത ഇലകളുടെ ഞെട്ട് നീണ്ടതാണ്. 3-5 സെന്റീമീറ്റർ നീളം വരും.

10 വർഷത്തെ വളർച്ചയെത്തുമ്പോഴാണ് ഇവ പൂവിടുന്നത്. ഏപ്രിൽ മുതൽ ജൂൺ വരെയാണ് പൂക്കാലം. മുകളിലെ പത്രകക്ഷങ്ങളിലും ചില്ലകളുടെ അഗ്രങ്ങളിലുമുണ്ടാകുന്ന വലിയ പാനിക്കിൾ കുലകളിലാണ് പൂവുകൾ കാണുന്നത്. പൂങ്കുലയിൽ പൂവുകൾ 1-3 എണ്ണമുള്ള കൂട്ടമായു ണ്ടാകും. രോമം പൊതിഞ്ഞ, നേർത്ത സഹപത്രങ്ങൾക്ക് ശരാശരി 7 മി.മീ. നീളവും 2 മി.മീ. വീതിയും കാണും. ബാഹ്യദളങ്ങൾ തീരെച്ചെറു താണ്. സഹപത്രങ്ങളെപ്പോലെത്തന്നെ തലതിരിഞ്ഞ കുന്താകൃതിയാണി വയ്ക്കും. നരച്ച നീലനിറമെന്നോ ഇളം റോസ്നിറമെന്നോ പറയാവുന്ന ദളപുടത്തിന് 3 സെ.മീ. വരെ നീളം കാണും. ദളപുടനാളി, പഴയ ഗ്രാമ ഫോണിലെ ഉച്ചഭാഷിണി പോലെ അല്പം വളഞ്ഞതാണ്. 7 മി.മീ. നീള മുള്ള ഇതിന് മുകളിൽ 5 ഇതളുകൾ 1.5-2 സെ.മീ. വിസ്താരത്തിൽ വിടർന്നുനിൽക്കും. ദളങ്ങളുടെ കണ്ഠഭാഗത്തും കേസരപുടനാളിയിലും വെള്ളനിറമുള്ള മൃദുരോമങ്ങൾ കാണും.

ചൊണയംകല്ലുകുറിഞ്ഞി
Palani Coneflower

ശാസ്ത്രനാമം: സ്ട്രോബിലാന്തസ് പളനിയെൻസിസ്
Strobilanthes pulneyensis Clarke

പശ്ചിമഘട്ടത്തിൽ കാണപ്പെടുന്ന സ്ഥലങ്ങൾ:
കേരളം, തമിഴ്നാട്, കർണാടകം

ഇന്ത്യാ ഉപഭൂഖണ്ഡത്തിലെ ദേശജാതിയായ ഇതിനെ പൂർവ്വഘട്ട ത്തിലെയും പശ്ചിമഘട്ടത്തിലെയും നിത്യഹരിത, അർദ്ധനിത്യഹരിത വനങ്ങളിലും ചോലക്കാടുകളിലും വളരെ വ്യാപകമായി കണ്ടുവരുന്നു. 500 മീറ്റർ മുതൽ 2000 മീറ്റർ വരെ ഉയരമുള്ളയിടങ്ങളിൽ ഇതിന് വള രാൻ കഴിയും. മലയിടുക്കുകളോട് ഇവയ്ക്ക് പ്രത്യേക പ്രതിപത്തി യുള്ളതായി കാണാറുണ്ട്. കേരളത്തിൽ വയനാട്, മലപ്പുറം, ഇടുക്കി, പാലക്കാട് ജില്ലകളിലെല്ലാം ഇവയെ കണ്ടെത്തിയിട്ടുണ്ട്.

ധാരാളം ശാഖകളോടെ കുറ്റിച്ചെടിയായി തഴച്ചുവളരുന്ന സ്വഭാവ മാണിതിന്. രണ്ട് മീറ്ററോളം ഉയരം വെയ്ക്കുന്ന ഇവ ചിലയിടങ്ങളിൽ

ഇടതൂർന്ന വേലി പോലെ വളർന്നുനിൽക്കുന്നത് കാണാവുന്നതാണ്. ഇതിന്റെ ഉപശാഖകൾ രോമനിബിഡമായിരിക്കും. ഇലകൾ ഇടതിങ്ങിയ പരസ്പരാഭിമുഖ ജോടികളായി ചില്ലകളുടെ അഗ്രങ്ങളിൽ കാണപ്പെടുന്നു. ഇവയ്ക്ക് അറ്റം മുനയുള്ള അണ്ഡാകാരമാണ്. 8-14 സെന്റീമീറ്റർ നീളവും 5-9 സെന്റീമീറ്റർ വീതിയും വരുന്ന ഇലപ്പാളി പരുപരുത്തതും തകിടുപോലെ ദൃഢവുമാണ്. രോമാവൃതമായ ഇവയുടെ അരികുകൾ ദന്തുരമായിരിക്കും.

ഒക്ടോബർ മുതൽ ഡിസംബർ വരെയാണിതിന്റെ പൂക്കാലം. നീലക്കുറിഞ്ഞിയെപ്പോലെ, ഒരു പ്രദേശത്തുള്ളവ മുഴുവൻ ഒരുമിച്ച് പൂവിടുകയാണ് പതിവ്. ഇവ എല്ലാ വർഷവും പൂവിടും. ചില്ലകളുടെ അഗ്രങ്ങളിൽ കോണാകൃതിയുള്ള സ്പൈക്ക് പൂങ്കുലകളിലാണ് പൂവുകളുണ്ടാവുന്നത്. പൂങ്കുലകളിൽ, പത്രസമാനവും രോമനിബിഡവുമായ ധാരാളം സഹപത്രങ്ങൾ അമർന്നടുങ്ങിയിരിക്കും. ഇവയ്ക്ക് 1-3 സെ.മീ. നീളവും 1.5 സെ. മീറ്ററോളം വീതിയും വരും. 2.5 സെ. മീറ്ററിലധികം നീളം വരുന്ന പൂവുകൾ ഇളംനീല, പർപ്പിൾ, റോസ്, പിങ്ക് നിറങ്ങളിൽ കാണാറുണ്ട്. പൂവിലെ ബാഹ്യദളങ്ങൾ തീരെച്ചെറുതും രോമം നിറഞ്ഞതുമാണ്. ഇവയ്ക്ക് ഒരു സെ.മീ. നീളമേ വരൂ. ദളപുടത്തിന് 2.5 സെ.മീ. വരെ നീളം കാണും. ദളപുടനാളി ചെറുതും ഇടുങ്ങിയതും അല്പം വളഞ്ഞ ശേഷം വികസിക്കുന്നതുമാണ്. ഒരു സെ.മീ. നീളമുള്ള ഇതിനകത്തും കേസരപുടനാളിയിലും രോമങ്ങളുണ്ടായിരിക്കും. ഓരോ പൂവിലും 4 കേസരങ്ങളും നാല് ബീജാണ്ഡങ്ങളുള്ള അണ്ഡാശയവും കാണും.

ചെറുകുറിഞ്ഞി 1

ശാസ്ത്രനാമം: സ്ട്രോബിലാന്തസ് സിലിയേറ്റസ്
Strobilanthes ciliatus Nees.
പശ്ചിമഘട്ടത്തിൽ കാണപ്പെടുന്ന സ്ഥലങ്ങൾ:
കേരളം, തമിഴ്നാട്, കർണാടകം, ഗോവ, മഹാരാഷ്ട്ര

പശ്ചിമഘട്ടത്തിലെ ദേശജാതിയായ ഒരിനം കുറിഞ്ഞിയാണിത്. ചിന്നക്കുറിഞ്ഞി, കരിംകുറിഞ്ഞി, വെള്ളക്കുറിഞ്ഞി തുടങ്ങിയ പേരുകളിലും ഇത് അറിയപ്പെടുന്നുണ്ട്. ദക്ഷിണപശ്ചിമഘട്ടത്തിലെ നിത്യഹരിതവനങ്ങളിലെയും അർദ്ധനിത്യഹരിതവനങ്ങളിലെയും അടിക്കാടുകളിലാണ് ഇവയെ സ്വാഭാവികമായി കണ്ടുവരുന്നത്. 1500 മീറ്റർ വരെ ഉയരമുള്ള യിടങ്ങളിൽ ഇവയെ കണ്ടെത്തിയിട്ടുണ്ട്. എറണാകുളം, ആലപ്പുഴ എന്നിവയൊഴികെയുള്ള ഏതാണ്ട് എല്ലാ ജില്ലകളിലും ഇവയെക്കാണാവുന്നതാണ്.

കുറ്റിച്ചെടിയായ ഇത് ഒരു മീറ്ററോളം ഉയരത്തിൽ വളരാറുണ്ട്. ശാഖകൾ ഉരുണ്ടതും രോമങ്ങളില്ലാത്തതുമാണ്. പരസ്പരാഭിമുഖമായി വിന്യസിച്ചിരിക്കുന്ന ഇലകൾക്ക് ആയതാകാരം. രണ്ടറ്റവും കൂർത്തിരിക്കുന്ന ഇവയ്ക്ക് ശരാശരി 10–15 സെന്റീമീറ്റർ നീളവും 3–5 സെന്റീമീറ്റർ വീതിയും വരും. ഇലപ്പാളിയുടെ മുകൾവശത്ത് സിരകൾ എഴുന്നുനിൽക്കും. അരികുകൾ ദന്തുരമാണ്. ഇലഞെട്ടിന് 2 സെ.മീ. വരെ നീളം വരും.

ഒരു വർഷം വളർച്ചയെത്തുമ്പോൾ ചെടി പൂവിട്ടുതുടങ്ങും. ഡിസംബർ മുതൽ മേയ് വരെയുള്ള കാലത്താണ് പൂവിടുക. ഇലയിടുക്കുകളിലുണ്ടാവുന്ന സ്പൈക്ക് പൂങ്കുലകൾക്ക് 1.5–2 സെ.മീ. നീളം കാണും. ഇതിൽ 6 മി.മീ. നീളവും അതിന്റെ പകുതിയിലധികം വീതിയും വരുന്ന സഹപത്രങ്ങളും ഏതാണ്ടത്ര തന്നെ നീളം വരുന്ന നേർത്ത സഹപത്രകങ്ങളും കാണും. പൂവിടലിന്റെ ആദ്യകാലത്ത് പൂങ്കുലത്തണ്ടുകളും സഹപത്രങ്ങളും ബാഹ്യദളങ്ങളും രോമരഹിതമായിട്ടാണ് കാണുന്നത്. എന്നാൽ, പിന്നീടുണ്ടാകുന്നവയിൽ പഞ്ഞി പോലുള്ള രോമങ്ങൾ നിബിഡമായി രൂപപ്പെടും. ഈ സ്വഭാവം, ബാഹ്യസ്വഭാവങ്ങളിൽ ഇതിനോട് വളരെ സാമ്യമുള്ള സ്ട്രൊബിലാന്തസ് വാറിയൻസിസിലും കാണുന്നതിനാൽ ഇവ രണ്ടും ഒരേയിനമാണെന്ന് വിലയിരുത്തപ്പെടുന്നു. പൂവിടലിന്റെ ഇടവേളയുടെ കാര്യത്തിൽ കണ്ടെത്തിയിട്ടുള്ള വ്യത്യാസങ്ങളുടെ അടിസ്ഥാനത്തിൽ (സിലിയേറ്റസിന് ഒരു വർഷം, വാറിയൻസിസിന് 5 വർഷം) ഇവ രണ്ടും രണ്ടാണെന്ന് കണക്കാക്കുന്നവരുമുണ്ട്. ഒരു കുലയിൽ വെള്ളനിറമുള്ള, 5 മുതൽ 15 വരെ പൂക്കൾ കാണും. ബാഹ്യദളങ്ങൾക്ക് അര സെ.മീ. നീളം. ദളപുടത്തിന് 1.5 സെ.മീ. നീളം വരും. ഇതിൽ ഒരു ചെറിയ നാളിയും വിടർന്നുമലർന്നു നിൽക്കുന്ന 5 ഇതളുകളും കാണാം. വെള്ളനിറമുള്ള ഇതളുകളുടെ ചുവടുഭാഗത്ത് പിങ്കുനിറം കാണാവുന്നതാണ്. വയലറ്റുനിറമുള്ള പരാഗികളുള്ള കേസരങ്ങൾ പൂവിൽ നിന്നുയർന്നുനിൽക്കും.

ചെറുകുറിഞ്ഞി 2

ശാസ്ത്രനാമം: *സ്ട്രൊബിലാന്തസ് വാറിയെൻസിസ്*
Strobilanthes warreensis Dalz.

പശ്ചിമഘട്ടത്തിൽ കാണപ്പെടുന്ന സ്ഥലങ്ങൾ:
മഹാരാഷ്ട്ര, ഗോവ, കർണാടകം, കേരളം

പശ്ചിമഘട്ടത്തിലെ ദേശജാതിയായ ഒരു അപൂർവയിനം കുറിഞ്ഞിയാണിത്. മധ്യ, ഉത്തര പശ്ചിമഘട്ടങ്ങളിലാണ് കൂടുതലായി കാണുന്നത്.

കേരളത്തിൽ വിരളം. കാസർഗോഡ്, പാലക്കാട് ജില്ലകളിൽ കണ്ടെത്തിയിട്ടുണ്ട്. 1000 മീറ്ററിൽത്താഴെ ഉയരമുള്ള നിത്യഹരിതവനങ്ങളിലെ തുറസ്സായ പ്രദേശങ്ങളാണിതിന് പ്രിയം.

ഇതിന് ബാഹ്യസ്വഭാവങ്ങളിൽ സ്ട്രോബിലാന്തസ് സിലിയേറ്റസ് എന്നയിനവുമായി വളരെ സാമ്യമുണ്ട്. മെലിഞ്ഞ ശാഖകളോടെ വളരുന്ന ഒരു ചെറിയ കുറ്റിച്ചെടിയാണിത്. ഒരു മീറ്ററിൽത്താഴെ പൊക്കമേ കാണൂ. പൂങ്കുലകളിലൊഴികെ എങ്ങും രോമങ്ങൾ കാണില്ലെന്നതാണ് ഇതിന്റെ സവിശേഷത. തണ്ടുകൾ ദ്വിശാഖിതമാണ്.

ഇലകൾക്ക് നീണ്ട ആയതാകാരം. രണ്ടറ്റവും കൂർത്തിരിക്കുന്ന ഇവയ്ക്ക് 10–14 സെന്റീമീറ്റർ നീളവും 2.5–5 സെന്റീമീറ്റർ വീതിയും വരും. പാർശ്വസിരകൾ കുറവായ ഇലപ്പാളിയുടെ മുകൾവശത്ത് മധ്യസിര തെളിഞ്ഞുകാണും. അരികുകൾ ദന്തുരവും അറ്റം ചെറിയ വാലു പോലെ നീണ്ടതുമാണ്. അടിവശത്തിന് നരച്ച നിറം. ഇലഞെട്ടിന് 1.5–2 സെ.മീ. വരെ നീളം വരും.

5 വർഷത്തിലൊരിക്കലാണ് ഇത് പൂവിടുക. ജനുവരി മുതൽ പൂവിട്ടുതുടങ്ങും. സ്പൈക്കുകൾ ശാഖാഗ്രങ്ങളിലുള്ള പത്രകക്ഷങ്ങളിൽ ഒറ്റയ്ക്കാണുണ്ടാവുന്നത്. പൂവിടലിന്റെ ആദ്യകാലങ്ങളിൽ പൂങ്കുലത്തണ്ടുകളും സഹപത്രങ്ങളും ബാഹ്യദളങ്ങളും രോമരഹിതമായിട്ടാണ് കാണുന്നത്. എന്നാൽ, പിന്നീടുണ്ടാകുന്നവയിൽ പഞ്ഞി പോലുള്ള രോമങ്ങൾ ധാരാളമായി കാണപ്പെടും. ഈ സ്വഭാവം, ബാഹ്യസ്വഭാവങ്ങളിൽ ഇതിനോട് വളരെ സാമ്യമുള്ള സ്ട്രോബിലാന്തസ് സിലിയേറ്റസിലും കാണുന്നതിനാൽ ഇവ രണ്ടും ഒരേ സ്പീഷീസാണെന്ന് കരുതുന്നവരും, പൂവിടലിന്റെ ഇടവേളയിൽ വ്യത്യാസങ്ങളുള്ളതിനാൽ (സിലിയേറ്റസിന് ഒരു വർഷം, വാറിയൻസിസിന് 5 വർഷം) രണ്ടും രണ്ട് സ്പീഷീസാണെന്നും കണക്കാക്കുന്നവരും സസ്യശാസ്ത്രജ്ഞരുടെ കൂട്ടത്തിലുണ്ട്.

സമ്മുഖമായുള്ള പത്രകക്ഷങ്ങളിൽ ജോടിയായുണ്ടാകുന്ന ഇതിന്റെ സ്പൈക്ക് പൂങ്കുലകൾക്ക് 1.5 സെ.മീ. നീളം കാണും. ചെറിയ പൂവുകൾക്ക് വെള്ളനിറമാണ്. 6–8 മി.മീ. നീളവും അതിന്റെ പകുതിയിലധികം വീതിയും വരുന്ന ആയതാകാര സഹപത്രങ്ങളും ഏതാണ്ടത്ര തന്നെ നീളം വരുന്ന നേർത്ത സഹപത്രകങ്ങളുമുള്ള പൂവിലെ ദളപുടത്തിന് 1.5 സെ.മീ. നീളമാണുണ്ടാവുക. ഇതിൽ ഒരു ചെറിയ നാളിയും വിടർന്നു മലർന്നു നിൽക്കുന്ന ഇതളുകളും കാണാം. വെള്ളനിറമുള്ള ഇതളുകളുടെ ചുവടുഭാഗത്ത് പിങ്ക് നിറമുള്ള പുള്ളികൾ കാണാവുന്നതാണ്. വയലറ്റുനിറമുള്ള പരാഗികളുള്ള കേസരങ്ങൾ വളരെ ഉയർന്നുനിൽക്കുന്നത് പൂവിന് ഭംഗി കൂട്ടുന്നു.

മുട്ടക്കണ്ണിക്കുറിഞ്ഞി
Lurid coneflower

ശാസ്ത്രനാമം: സ്ട്രോബിലാന്തസ് ലൂറിഡസ്
Strobilanthes luridus Wight.

പശ്ചിമഘട്ടത്തിൽ കാണപ്പെടുന്ന സ്ഥലങ്ങൾ:
കേരളം, തമിഴ്നാട്, കർണാടകം

പശ്ചിമഘട്ടത്തിലെ ദേശജാതി കുറിഞ്ഞിയിനം. ദക്ഷിണപശ്ചിമഘട്ടത്തിലെ നിത്യഹരിതവനങ്ങളിലും ചോലക്കാടുകളിലും വളരുന്നു. തിരുവനന്തപുരം, കൊല്ലം, ഇടുക്കി, പാലക്കാട്. മലപ്പുറം എന്നീ ജില്ലകളിൽ ഇവയെ കണ്ടെത്തിയിട്ടുണ്ട്.

വലിയ കുറ്റിച്ചെടിയാണിത്. എട്ടു മീറ്ററോളം ഉയരം വയ്ക്കും. ശാഖകൾക്ക് ചാഞ്ഞുവളരുന്ന പ്രകൃതം. കാണ്ഡവും ശാഖകളും തടിച്ചതും ദൃഢവുമാണ്. രോമങ്ങളുണ്ടാവില്ല. തണ്ടിലെ മുട്ടുകൾ മറ്റു ഭാഗങ്ങളേക്കാൾ വികസിച്ചിരിക്കും. സാമാന്യം വലുതായ ഇലകൾക്ക് അണ്ഡാകാരമെന്നോ ആയതാകാരമെന്നോ പറയാം. ഇവയുടെ അഗ്രം മുനയുള്ളതാണ്. ഇലപ്പാളിക്ക് 20 സെ.മീ. വരെ നീളവും 10 സെ.മീ. വരെ വീതിയും കാണാറുണ്ട്. തോലുപോലുള്ള ഇവയുടെ അടിവശത്ത് ധാരാളം രോമങ്ങൾ കാണും. ഇലഞെട്ടിന് 5 സെ.മീ. വരെ നീളം വരും.

പൂങ്കുല തടിച്ചുകുറുകിയ സ്പൈക്കാണ്. സാധാരണ, നിലത്തോടടുത്തുള്ള മുറ്റിയ കൊമ്പുകളിലാണ് പൂങ്കുലകളുണ്ടാവുക. 4 സെന്റീമീറ്റർ വരെ നീളം വയ്ക്കുന്ന തണ്ടുകളിലുയർന്നുനിൽക്കുന്ന പൂങ്കുലയ്ക്ക് 8 സെന്റീമീറ്റർ വരെ നീളവും 4.5 സെന്റീമീറ്റർ വരെ വീതിയും വരും. ഇതിൽ, പച്ച കലർന്ന വയലറ്റ് നിറമുള്ള ധാരാളം പത്രസമാന സഹപത്രങ്ങൾ കാണാവുന്നതാണ്. ഏകദേശം വൃത്താകൃതിയുള്ള ഇവയ്ക്ക് ശരാശരി രണ്ടര സെന്റീമീറ്റർ നീളവും രണ്ട് സെന്റീമീറ്റർ വീതിയുമുണ്ടാവും. 3 സെ.മീ. നീളം വരുന്ന പൂവിന് ഇരുണ്ട പർപ്പിൾനിറമാണ്. ഓരോ പൂവിനും 1.8 സെന്റീമീറ്റർ നീളത്തിൽ നാട പോലുള്ള രണ്ട് വെളുത്ത സഹപത്രകങ്ങളും കുന്താകൃതിയുള്ള 5 ബാഹ്യദളങ്ങളും ഇരുണ്ട പർപ്പിൾ നിറമുള്ള 5 അണ്ഡാകാര ദളങ്ങളും 4 കേസരങ്ങളും ദ്വിശാഖിതമായ വർത്തികയുള്ള ജനിപുടവും കാണും. ദളപുടനാളി വളരെ കുറിയതാണ്. അതിനാൽ, ഇത് പൂങ്കുലയിൽ നിന്ന് വളരെ ഉയർന്നുനിൽക്കാറില്ല. ദളങ്ങളേക്കാൾ വളരെ ഉയർന്നുനിൽക്കുന്ന കേസരങ്ങളുടെ പരാഗികൾക്ക് ഓറഞ്ചുനിറമായിരിക്കും.

കരുംകുറിഞ്ഞി
Hop coneflower/Hop headed strobilanthe

ശാസ്ത്രനാമം: സ്ട്രോബിലാന്തസ് ലുപ്പുലീനസ്
Strobilanthes lupulinus Nees.

പശ്ചിമഘട്ടത്തിൽ കാണപ്പെടുന്ന സ്ഥലങ്ങൾ:
മഹാരാഷ്ട്ര, ഗോവ, കേരളം, തമിഴ്നാട്, കർണാടകം

ഇന്ത്യയിലെ ഒരു ദേശജാതി കുറിഞ്ഞിയാണ് കരുംകുറിഞ്ഞി. ഇൻഡ്യാ ഉപഭൂഖണ്ഡത്തിലെ വിവിധ നിത്യഹരിതവനങ്ങളിൽ വളരുന്നു. കേരളത്തിൽ ഇവയെ തിരുവനന്തപുരം, ഇടുക്കി, പാലക്കാട്, വയനാട്, കണ്ണൂർ, കാസർഗോഡ് എന്നീ ജില്ലകളിൽ കണ്ടെത്തിയിട്ടുണ്ട്. 1000 മീറ്റർ വരെ ഉയരമുള്ളയിടങ്ങളിൽ ഇവ വളരും.

ഇതിന് സ്ട്രോബിലാന്തസ് ഹെയ്നിയാനസ് എന്നയിനവുമായി വളരെ സാമ്യമുണ്ട്. പലപ്പോഴും ഇവ രണ്ടും ഒന്നാണെന്ന് സസ്യശാസ്ത്രജ്ഞന്മാർ അഭിപ്രായപ്പെട്ടിട്ടുണ്ട്. എന്നാൽ, പൂക്കാലത്ത് കാണുന്ന ചില സ്വഭാവങ്ങളുടെ അടിസ്ഥാനത്തിൽ ഇവ രണ്ടും രണ്ട് സ്പീഷീസുകളാണെന്ന് ഇപ്പോൾ സ്ഥിരീകരിച്ചിരിക്കുന്നു. ഈ വ്യത്യാസങ്ങളിൽ പ്രധാനം ഇതിന്റെ പൂങ്കുലകളിൽ ധാരാളം ഗ്രന്ഥിലോമങ്ങൾ കാണുമെന്നതാണ്. ഹെയ്നിയാനസിന് ഗ്രന്ഥിലോമങ്ങൾ കാണില്ല. ലുപ്പുലീനസിനേക്കാൾ കൂടുതൽ വ്യാപകമായി ഹെയ്നിയാനസിനെ കാണാനും കഴിയും.

ഇത് പരന്നു വളരുന്ന ധാരാളം ശാഖകളോടെ കാണുന്ന ഒരു കുറ്റിച്ചെടിയാണ്. ശാഖകളിൽ രോമങ്ങളുണ്ടാവില്ല. ഇലകൾ ലഘുവാണ്. ആയതാകാരമായ ഇലപ്പാളിക്ക് 8–13 സെ.മീ. നീളവും ശരാശരി 6 സെ.മീ. വീതിയുമുണ്ടാവും. ഇതിന്റെ അഗ്രം മുനയുള്ളതും അരികുകൾ പ്രകടമല്ലാത്ത തരത്തിൽ ദന്തുരവുമാണ്.

ഇതിന് എല്ലാ വർഷവും പൂവിടുന്ന സ്വഭാവമാണ്. ഒക്ടോബർ മുതൽ ഡിസംബർവരെയാണ് പൂക്കാലം. പൂങ്കുല സ്പൈക്കാണ്. പത്രകക്ഷങ്ങളിൽ രണ്ടുമൂന്ന് സ്പൈക്കുകൾ ഒരു തണ്ടിന്റെയറ്റത്തായി രൂപപ്പെടും. ഓരോ സ്പൈക്കിനും 2 സെ.മീ. നീളം വരും. പിങ്ക് ഛായയുള്ള അനേകം പത്രസമാന സഹപത്രങ്ങൾ ചേർന്നതാണിത്. സഹപത്രങ്ങൾക്ക് വൃത്താകൃതിയാണ്. കിണ്ണം പോലെ അകം കുഴിഞ്ഞിരിക്കുന്ന ഇവയ്ക്ക് ശരാശരി ഒന്നര സെന്റീമീറ്റർ നീളവും ഒരു സെന്റീമീറ്ററിൽ അല്പമധികം വീതിയും വരും. സഹപത്രകങ്ങൾ കാണാറില്ല. ഒരു സ്പൈക്കിൽ 4–10 പൂക്കളുണ്ടാവും. പൂക്കൾക്ക് 2.5 സെ.മീ. നീളം കാണും. മിക്കവാറും വെള്ളനിറമുള്ള ഇവയുടെ ദളങ്ങളുടെ അഗ്രങ്ങളിൽ പർപ്പിൾ നിറം കാണാവുന്നതാണ്.

സ്വർണ്ണക്കുറിഞ്ഞി

ശാസ്ത്രനാമം: സ്ട്രോബിലാന്തസ് ലനേറ്റസ്
Strobilanthes lanatus Nees.

പശ്ചിമഘട്ടത്തിൽ കാണപ്പെടുന്ന സ്ഥലങ്ങൾ:
കേരളം, തമിഴ്നാട്, കർണാടകം

ലോകത്ത് നമ്മുടെ ദക്ഷിണപശ്ചിമഘട്ടത്തിൽ മാത്രം കാണപ്പെടുന്ന ഒരു കുറിഞ്ഞിയാണിത്. കോഴിക്കോട്, വയനാട് ജില്ലകളിലെ വരണ്ട കുന്നിൻചെരിവുകളിലാണ് ഇവയെ കണ്ടെത്തിയിട്ടുള്ളത്. സ്ട്രോബിലാന്തസ് ജനുസിലെ അംഗങ്ങളിൽ ഏറ്റവും മനോഹരമായ സസ്യമാണിതെന്ന് സസ്യശാസ്ത്രജ്ഞന്മാർ അഭിപ്രായപ്പെടുന്നു.

ഇതും ഹെയ്നിയാനസ് എന്നയിനം കുറിഞ്ഞിയും കാഴ്ചയ്ക്ക് ഒരുപോലെയാണെന്ന് പറയാറുണ്ട്. പൂക്കാലത്ത് കാണുന്ന ചില സ്വഭാവങ്ങളുടെ അടിസ്ഥാനത്തിൽ രണ്ടും രണ്ട് സ്പീഷീസുകളാണെന്ന് ഇപ്പോൾ സ്ഥിരീകരിച്ചിട്ടുണ്ട്. ഇവ തമ്മിലുള്ള വ്യത്യാസങ്ങളിൽ പ്രധാനമായുള്ളത് ഇതിന്റെ പൂങ്കുലകളിൽ ധാരാളമായിക്കാണുന്ന ഗ്രന്ഥിലോമങ്ങളാണ്. ഹെയ്നിയാനസിന് ഇവ കാണില്ല. മറ്റൊരു വ്യത്യാസം വിതരണത്തിലാണ്. ഇതിനെക്കാൾ കൂടുതൽ വ്യാപകമായി ഹെയ്നിയാനസിനെ കാണാൻ കഴിയും.

ഇതൊരു കുറ്റിച്ചെടിയാണ്. ഒരു മീറ്ററോളം ഉയരം വയ്ക്കും. ധാരാളം ശാഖകളോടെ നിവർന്നുവളരുകയാണ് പതിവ്. സസ്യശരീരമാസകലം സ്വർണ്ണനിറമുള്ള രോമങ്ങൾ നിറഞ്ഞിരിക്കും ചതുഷ്കോണാകൃതിയുള്ള തണ്ടുകളിൽ, പരസ്പരാഭിമുഖമായി ക്രമീകരിച്ചിരിക്കുന്ന ഇലകൾ പ്രത്യേകതകളുള്ളവയാണ്. 12 സെ.മീ. നീളവും 5 സെ.മീ. വീതിയുമുള്ള ഇവയ്ക്ക് വിസ്താരമുള്ള ആയതാകാരമാണ്. വീതിയുള്ള ചുവടുഭാഗവും നീണ്ട് കൂർത്ത അഗ്രവും വാലുപോലെ നീണ്ട അഗ്രത്തൊരു ചുറ്റും കാണും. തോൽപ്രകൃതമുള്ള ഇവയുടെ മുകൾവശം രോമരഹിതമാണെങ്കിലും അടിവശം കമ്പിളിപോലെ രോമാവൃതമായിരിക്കും. മധ്യസിരയ്ക്കിരുവശത്തുമായി 10–13 ജോടി പാർശ്വസിരകൾ ഇലയുടെ നീളവശത്തിന് സമാന്തരമായിക്കാണും. സിരകൾ മുകളിൽ കുഴിഞ്ഞും അടിയിൽ ചെറുതായി മുഴച്ചുമാണ് കാണുക. രോമാവൃതമായ, ചതുഷ്കോണാകൃതിയുള്ള ഇലഞെട്ടിന് 2.5 സെ.മീ. നീളം കാണും. തളിരിലകൾക്ക് സ്വർണ്ണനിറമായിരിക്കും. ക്രമേണ ഈ നിറം മാറുകയും കുറച്ചുകാലം സിരകളിൽ മാത്രമായി അവശേഷിക്കുകയും ചെയ്യും. പൂർണ്ണവളർച്ചയെത്തിയവയ്ക്ക് പൂർണമായും പച്ചനിറം തന്നെയാണ്. തളിരിലകളുടെ പ്രത്യേകനിറവും സ്വർണ്ണനിറമുള്ള രോമങ്ങളും ഇതിനെ തിരിച്ചറിയാനുള്ള ലക്ഷണങ്ങളാണ്.

ഏഴ് വർഷം പ്രായമെത്തുമ്പോഴാണ് ഇവ പൂവിടുക. നവംബർ മുതൽ ഏപ്രിൽ വരെയുള്ള കാലത്ത് ധാരാളം പൂക്കൾ ഉല്പാദിപ്പിക്കും.

ഇലയിടുക്കുകളിലും ശാഖാഗ്രങ്ങളിലും ശരാശരി 4-8 സെ.മീ. നീളമുള്ള രോമാവൃതമായ പൂങ്കുലകൾ കാണും. ഇതിലെ സഹപത്രങ്ങളും സഹ പത്രകങ്ങളും മഞ്ഞനിറമുള്ള രോമങ്ങളാൽ പൊതിഞ്ഞതാണ്. കുടമണി ആകൃതിയുള്ള പൂവിന് നരച്ച നീലനിറമെന്നോ പർപ്പിൾ നിറമെന്നോ പറയാം. ഓരോ പൂവിനും 1.8 സെന്റീമീറ്റർ നീളത്തിൽ നാട പോലുള്ള രണ്ട് വെളുത്ത സഹപത്രകങ്ങളും കുന്താകൃതിയുള്ള 5 ബാഹ്യദളങ്ങളും പർപ്പിൾ നിറമുള്ള 5 അണ്ഡാകാര ദളങ്ങളും 4 കേസരങ്ങളും ദ്വിശാ ഖിതമായ വർത്തികയുള്ള ജനിപുടവും കാണും. ദളങ്ങളെക്കാൾ ഉയർന്നു നില്ക്കുന്ന കേസരങ്ങളുടെ പരാഗികൾക്ക് കടുംഓറഞ്ചുനിറമായിരിക്കും. ബാഹ്യദളങ്ങളുടെ അകവശത്തിന് ഇരുണ്ട വയലറ്റ്നിറമാണ്. ദളപുട ത്തിന് 3.5 സെ.മീ. നീളം വരും. 7 മി.മീ. നീളമുള്ള ഒരു കുഴലും വിടർന്നു നില്ക്കുന്ന 2.8 സെ.മീ. നീളമുള്ള അഞ്ചിതളുകളും ചേർന്നതാണ് ദള പുടം. കേസരങ്ങൾ 2 മാത്രമേയുള്ളൂ. കേസരതന്തുക്കളിലും ജനിയിലും ധാരാളം രോമങ്ങൾ കാണും.

ചീനക്കുറിഞ്ഞി

Chinese rain bell

ശാസ്ത്രനാമം: *സ്ട്രോബിലാന്തസ് ഹാമിൽട്ടോണിയാന*
Strobilanthes hamiltoniana
(Steud) Bosser & Heine.

കാട്ടിൽ നിന്ന് നാട്ടിലെത്തിയ ഒരപൂർവ്വ കുറിഞ്ഞിയാണ് ചീനക്കുറിഞ്ഞി. ഇത് ഉദ്ഭവിച്ചത് ഹിമാലയപ്രാന്തങ്ങളിലായിരുന്നുവെന്ന് സസ്യശാസ്ത്ര ജ്ഞന്മാർ അഭിപ്രായപ്പെടുന്നു. ഇന്ത്യയിലും ശ്രീലങ്കയിലുമാണ് ഇതിന്റെ സ്വാഭാവിക ആവാസമേഖലകളുള്ളത്. പക്ഷേ, പൂക്കളുടെ ഭംഗി മൂലം പല ഉഷ്ണമേഖലാരാജ്യങ്ങളിലും ഉദ്യാനസസ്യമായി ഇതിനെ വളർത്താറുണ്ട്. കേരളത്തിൽ വയനാട്, കോഴിക്കോട്, മലപ്പുറം, തൃശൂർ എന്നീ ജില്ലകളിൽ ഇവ സ്വാഭാവികമായി വളരുന്നുണ്ട്.

അര മീറ്റർ മുതൽ ഒന്നര മീറ്റർ വരെ ഉയരം വയ്ക്കുന്ന ഒരു ചെറിയ ബഹുവർഷി കുറ്റിച്ചെടിയാണിത്. ചതുഷ്കോണാകൃതിയുള്ള തണ്ടു കളുള്ള ഈ ചെടി ധാരാളം ശാഖകളുല്പാദിപ്പിക്കും. ഇലകൾക്ക് പല വലുപ്പമാണ്. പൊതുവെ, 5-20 സെ.മീറ്റർ നീളവും 2-8 സെ.മീറ്റർ വീതിയും ആയതാകൃതിയുമുള്ള ഇവ പരസ്പരാഭിമുഖമായി വിന്യസി ച്ചിരിക്കും. ഇലഞെട്ടുകൾക്കുമുണ്ട് ഇതേമാതിരിയുള്ള നീളവ്യത്യാസം. 6 മി.മീ. മുതൽ 60 മി.മീ. വരെ നീളമുള്ള ഇലഞെട്ടുകൾ കാണാറുണ്ട്. ശാഖാഗ്രങ്ങളിലെ ഇലകൾക്ക് ഞെട്ട് കാണില്ലെന്നത് സവിശേഷതയാണ്.

കടലാസു പ്രകൃതമാണ് ഇലപ്പാളിക്ക്. ഇതിൽ, സിരകൾ വളരെ പ്രകടമായി എഴുന്നുനിൽക്കുമെന്നതും സവിശേഷതയാണ്. പത്രപാദത്തിന് ഹൃദയാകൃതിയാണ്. ഇലയുടെ അരികുകൾ ദന്തുരവും അറ്റം മുനയുള്ളതുമാണ്.

പൂക്കാലം ഒക്ടോബർ മുതൽ ഫെബ്രുവരി വരെ നീളും. ഇലയിടുക്കുകളിലും ശാഖാഗ്രങ്ങളിലും പൂങ്കുലകളുണ്ടാവും. ധാരാളം ശാഖകളുള്ള പൂങ്കുലകൾക്ക് 30 സെ.മീറ്റർ വരെ നീളം കാണും. പൂക്കൾക്ക് സഹപത്രങ്ങളും സഹപത്രകങ്ങളുമുണ്ടാവും. ഇവ വേഗത്തിൽ കൊഴിഞ്ഞുവീഴുന്നത് പതിവാണ്. വിസ്താരമുള്ള അണ്ഡാകൃതിയുള്ള സഹപത്രങ്ങൾക്ക് 5 മി.മീ. വരെ നീളവും 2 മി.മീ. വരെ വീതിയും കാണും. ഏകദേശം ഇതേ നീളം വരുന്ന സഹപത്രകങ്ങൾക്ക് വീതി അല്പം കുറഞ്ഞിരിക്കും. പൂക്കൾക്ക് ആകർഷകമായ കടുംപിങ്ക് നിറമാണ്. 8–10 മില്ലീമീറ്റർ നീളം വരുന്ന 5 ബാഹ്യദളങ്ങളുള്ള പൂവിലെ 3.5–4 സെ.മീ. നീളമുള്ള ദളപുടം വളരെ മനോഹരമാണ്. പൂമൊട്ടുകൾക്ക് ഗദയുടെ ആകൃതിയാണ്. അതീവഭംഗിയുള്ള ഈ പൂക്കളും പൂമൊട്ടുകളും ഈ സസ്യത്തെ ഉദ്യാനങ്ങളുടെ പ്രിയതോഴിയാക്കിയിരിക്കുകയാണ്.

കൊടിക്കുറിഞ്ഞി 1

(Pitcher cone flower)

സ്ട്രോബിലാന്തസ് അർസിയോലാരിസ്

(Strobilanthes urceolaris Gamble.*)*

പശ്ചിമഘട്ടത്തിൽ കാണപ്പെടുന്ന സ്ഥലങ്ങൾ:

കേരളം, തമിഴ്നാട്, കർണാടകം

ദക്ഷിണപശ്ചിമഘട്ടത്തിൽ ഉദ്ഭവിച്ച ഒരു സസ്യമാണിത്. ഇതിന് പഞ്ഞിക്കുറിഞ്ഞിയെന്നും പേരുണ്ട്. കേരളത്തിൽ കണ്ണൂർ, വയനാട്, ഇടുക്കി, കോട്ടയം, തിരുവനന്തപുരം എന്നീ ജില്ലകളിലെ 2000 മീറ്ററിനു മേൽ ഉയരമുള്ള മലകളിൽ കണ്ടുവരുന്നു. നിത്യഹരിതവനങ്ങളുടെയും ചോലക്കാടുകളുടെയും അരികുകളിലെ തുറസ്സായ സ്ഥലങ്ങളിൽ വളരാറുള്ള ഇവയ്ക്ക് അരുവികളുടെ കരയിൽ വളരാൻ പ്രത്യേക പ്രിയമുള്ളതായി കണ്ടിട്ടുണ്ട്.

1–2 മീറ്റർ ഉയരം വെയ്ക്കുന്ന ഒരു കുറ്റിച്ചെടിയാണിത്. ചിലയിടങ്ങളിൽ കൂട്ടമായി വളരുന്ന ഇവയ്ക്ക് പളനിക്കുറിഞ്ഞി, മരക്കുറിഞ്ഞി എന്നിവയുമായി ഇടകലർന്ന് വളരുന്നതിലും വിമുഖതയില്ല. ഇളന്തണ്ടുകൾ രോമനിബിഡമായിട്ടാണ് കാണുന്നത്. വെള്ളനിറമുള്ള നനുത്ത രോമങ്ങൾ പൊതിഞ്ഞ് വെൽവെറ്റ് പോലെയിരിക്കുന്ന ഇലകൾക്ക് അണ്ഡാകൃതിയാണ്. 5–7 സെ.മീറ്റർ നീളവും 3–4 സെ.മീറ്റർ വീതിയും വരുന്ന

ഇലപ്പാളിയുടെ അരികുകൾ പ്രകടമായി ദന്തുരമാണ്. അറ്റം കൂർത്തിരിക്കും. മൂത്ത ഇലഞെട്ടുകൾക്ക് 2-3 സെ.മീ. നീളം വരും. ശാഖാഗ്രങ്ങളിൽ ഇടതിങ്ങിക്കാണുന്ന ഇലകൾക്ക് ഞെട്ട് കാണില്ല.

പൂവിടുന്നതിനുള്ള ഇടവേള 5 വർഷമാണെന്ന് കണ്ടെത്തിയിട്ടുണ്ട്. സെപ്റ്റംബർ മുതൽ പൂക്കാലം ആരംഭിക്കും. ഇത് ഒക്ടോബർ-ഡിസംബർ വരെ നീളും. 2-3 സെ.മീ. നീളമുള്ള സ്പൈക്ക് പൂങ്കുലകൾ നാലഞ്ചെണ്ണം ചേർന്ന് ചെറിയ ശാഖാഗ്രങ്ങളിലെ പത്രകക്ഷങ്ങളിലുണ്ടാവും. പൂങ്കുലയും അനുബന്ധഭാഗങ്ങളും നിബിഢമായി രോമാവൃതമാണ്. സ്പൈക്കുകളിൽ ഏതാനും പൂക്കളേ കാണൂ. പൂക്കളിലെ അണ്ഡാകാര സഹപത്രങ്ങൾക്ക് 7-8 മി.മീ. നീളവും 4 മി.മീ. വരെ വീതിയും കാണും. സഹപത്രകങ്ങൾ മെലിഞ്ഞതാണ്. പൂക്കൾക്ക് ഇളംനീലനിറവും വെള്ളയാണോയെന്ന് തോന്നിപ്പിക്കുന്നത്ര നരച്ച ഇളം പർപ്പിൾനിറവും കാണാറുണ്ട്. മണിയാകൃതിയുള്ള പൂവിന് നടുവിൽ ഇരുണ്ട മെറൂൺ നിറമായിരിക്കും. 8-10 മില്ലീമീറ്റർ നീളം വരുന്ന ബാഹ്യദളപുടം രോമനിബിഡമാണ്. ദളപുടത്തിന് 1.5-2 സെ.മീ. നീളം കാണും. ഇതിൽ 1.5-1.8 സെ.മീ. നീളം വരുന്ന വിസ്താരമുള്ള ദളപുടനാളിയും മുകളിൽ വിടർന്നുനിൽക്കുന്ന അഞ്ച് ത്രികോണാകാര ഇതളുകളും കാണും.സിരകൾ പോലെ വരകൾ കാണുന്ന ഇതളുകളുടെ അറ്റം ഉരുണ്ടതാണ്. ദളപുടനാളിയുടെ അകവശത്തും വർത്തികയിലും രോമങ്ങൾ നിറഞ്ഞിരിക്കും. ഒരു സെ.മീ. നീളമുള്ള കായ്കളിൽ രോമങ്ങൾ കാണാറില്ല.

ഇതിന് സ്ട്രോബിലാന്തസ് വൈറ്റിയാനസ് എന്നയിനം കുറിഞ്ഞിയുമായി വളരെയധികം സാമ്യമുണ്ട്.

കൊടിക്കുറിഞ്ഞി 2

(Wight's Kurinji)

സ്ട്രോബിലാന്തസ് വൈറ്റിയാനസ്

(*Strobilanthes wightianus* Nees.)

പശ്ചിമഘട്ടത്തിൽ കാണപ്പെടുന്ന സ്ഥലങ്ങൾ:

കേരളം, തമിഴ്നാട്.

പശ്ചിമഘട്ടത്തിലെ ദേശജാതി. ദക്ഷിണപശ്ചിമഘട്ടത്തിലെ നിത്യഹരിതവനങ്ങളിലും അർദ്ധനിത്യഹരിതവനങ്ങളിലും കണ്ടുവരുന്നു. വയനാട്, മലപ്പുറം, ഇടുക്കി, പാലക്കാട് ജില്ലകളിൽ ഇവയെ കണ്ടെത്തിയിട്ടുണ്ട്. ഇൻഡ്യയിലെ 2500 ഓളം സസ്യങ്ങളുടെ ചിത്രങ്ങൾ പ്രസിദ്ധീകരിച്ച് സസ്യശാസ്ത്രത്തിന് വിലപ്പെട്ട സംഭാവനകൾ നൽകിയ റോബർട്ട് വൈറ്റ് എന്ന സ്കോട്ട്ലന്റ് ഭിഷഗ്വരന്റെ സ്മരണയ്ക്കായി നാമകരണം ചെയ്യപ്പെട്ടിരിക്കുന്ന ഒരു സ്പീഷീസാണിത്.

ഇതൊരു കുറ്റിച്ചെടിയാണ്. ഒരു മീറ്ററിൽത്താഴെ മാത്രം ഉയരം വയ്ക്കുന്ന ഇതിന്റെ ശാഖകൾ രോമാവൃതമായിരിക്കും. ദന്തുരമായ അരികുകളും മുനയുള്ള അഗ്രവുമുള്ള അണ്ഡാകാരപത്രങ്ങളാണിതിന്. ശരാശരി ഏഴ് സെന്റീമീറ്റർ നീളവും നാല് സെന്റീമീറ്റർ വീതിയുമുള്ള ഇവ രോമനിബിഡമായിരിക്കും. സിരകൾ തെളിഞ്ഞുകാണാം. പ്രതലം പരുപരുത്തതാണ്. ഇവയുടെ ഇലഞെട്ടിന് 1-3 സെ.മീ. നീളം വരും.

നവംബർ മുതൽ മാർച്ച് വരെയാണിതിന്റെ പൂക്കാലം. എല്ലാ വർഷവും പൂവിടും. ചില്ലകളുടെ അഗ്രങ്ങളിലെ ഇലയിടുക്കുകളിൽ സ്പൈക്ക് കുലകളിലാണ് പൂക്കളുണ്ടാവുന്നത്. ഓരോ പൂവിനും പത്രസമാനവും രോമനിബിഡവുമായ 2-4 സഹപത്രങ്ങൾ കാണും. ഇവയ്ക്ക് 1-3 സെ.മീ. നീളവും 1.5 സെ.മീറ്ററോളം വീതിയും വരും. 3.5-4 സെ.മീ. നീളം വരുന്ന പൂവുകൾക്ക് ഇളംനീല മുതൽ ഇളംപിങ്കുനിറം വരെ കാണാറുണ്ട്. നടുവിൽ ഇരുണ്ട മെറൂൺ നിറമായിരിക്കും. ബാഹ്യദളങ്ങൾ തീരെ ച്ചെറുതും രോമം നിറഞ്ഞതുമാണ്. ഇവയ്ക്ക് ഒരു സെ.മീ. നീളമേ വരൂ. ദളപുടത്തിന് രണ്ട് സെ.മീ. നീളം കാണും. അര സെ.മീ.മാത്രം നീളം വരുന്ന ദളപുടനാളിയുടെ അകവശത്ത് രോമങ്ങൾ നിറഞ്ഞിരിക്കും. പൂക്കളിലെ കേസരങ്ങൾ, ജനിപുടത്തിന് മുമ്പേ വളർച്ചയെത്തുമെന്നത് സവിശേഷതയാണ്. പൂക്കളിൽ ധാരാളം തേൻ കാണും. പൂക്കളുടെ ആയുസ്സ് രണ്ടുദിവസമാണ്.

ചോലക്കുറിഞ്ഞി

സ്ട്രോബിലാന്തസ് ഹോമോട്രോപ്പസ്

(Strobilanthes homotropus Nees.*)*

പശ്ചിമഘട്ടത്തിൽ കാണപ്പെടുന്ന സ്ഥലങ്ങൾ:
കേരളം, തമിഴ്നാട്.

പശ്ചിമഘട്ടത്തിലെ ദേശജാതിയായ ഒരിനം കുറിഞ്ഞിയാണിത്. ദക്ഷിണ പശ്ചിമഘട്ടത്തിൽ ഇടുക്കിയിലെ ഹൈറേഞ്ചുകളിലെ ചോലക്കാടുകളാണ് ഇവയുടെ ആവാസകേന്ദ്രങ്ങൾ. അതിനാലാണ് ഇതിനെ ചോലക്കുറിഞ്ഞിയെന്ന് വിളിക്കുന്നത്.

കുറിഞ്ഞികളിലെ വലുപ്പമുള്ള ഇനങ്ങളിലൊന്നാണിത്. വലിയ കുറ്റിച്ചെടിയായി വളരുന്ന ഇത് നാല് മീറ്റർ വരെ ഉയരം വയ്ക്കും. ഇതിന്റെ ഇളംതണ്ടുകളിൽ ധാരാളം ഗ്രന്ഥിലോമങ്ങൾ കാണാം. വലിയ ലഘുപത്രങ്ങളാണിതിന്. ചർമ്മിലപ്രകൃതമുള്ള ഇവയുടെ നീണ്ട ഇലഞെട്ടിന് നാല് സെന്റീമീറ്റർ വരെ നീളം വരും. 15-25 സെന്റീമീറ്റർ നീളവും 4-10 സെന്റീമീറ്റർ വീതിയും വരുന്ന ഇലപ്പാളിക്ക് അണ്ഡാകാരമാണ്. ഇതിന്റെ

അറ്റം മെലിഞ്ഞു കൂർത്തും അരികുകൾ ദന്തുരമായും കാണും. സിരകൾ അടിയിൽ വ്യക്തമായി എഴുന്നിരിക്കും.

ശാഖാഗ്രങ്ങളിലാണ് പൂങ്കുലകളുണ്ടാകുന്നത്. പൂങ്കുല സ്പൈക്കുകളുടെ പാനിക്കിളാണ്. രോമാവൃതമായ സ്പൈക്കുകളിൽ മൂന്ന് പൂക്കൾ വരെ കാണും. സഹപത്രങ്ങൾ പത്രസമാനമാണ്. ഇവയ്ക്ക് 10–15 മി.മീ. നീളം വരും. സഹപത്രകങ്ങൾക്ക് ഇത്രതന്നെ നീളം വരുമെങ്കിലും നേർത്തതാണ്. ഗ്രന്ഥിലോമങ്ങളുള്ള ഇവയ്ക്ക് 1.5 മി.മീ. വീതിയേ കാണൂ. പൂവിലെ വിദളങ്ങൾക്ക് ശരാശരി 13 മി.മീ. നീളവും 2 മി.മീ. വീതിയും വരും. ഇവയിലും ഗ്രന്ഥിലോമങ്ങൾ കാണും. ദളപുടത്തിന് ഇളംപർപ്പിൾ നിറമെന്നോ റോസ്നിറമെന്നോ പറയാം. ശരാശരി 3 സെ.മീ. നീളം വരുന്ന ഇതിന് വളഞ്ഞ ഒരു കുഴലും വിടർന്ന ഇതളുകളുമുണ്ട്.

മേട്ടുക്കുറിഞ്ഞി
(Mal Karvy)

സ്ട്രോബിലാന്തസ് സെസ്സൈലിസ്

(Strobilanthes sessilis Nees.*)*

പശ്ചിമഘട്ടത്തിൽ കാണപ്പെടുന്ന സ്ഥലങ്ങൾ: കേരളം, തമിഴ്നാട്, കർണാടകം, മഹാരാഷ്ട്ര

ദക്ഷിണ പശ്ചിമഘട്ടത്തിലെ ഒരു ദേശജാതിസസ്യമാണിത്. പുൽമേടുകളാണ് ഇതിന് പ്രിയങ്കരം. കൊല്ലം, ഇടുക്കി, പാലക്കാട്, വയനാട്, കണ്ണൂർ ജില്ലകളിൽ ഇവയെ കണ്ടെത്തിയിട്ടുണ്ട്. ഇതിനെ നീലക്കുറിഞ്ഞിയെന്ന് പലരും തെറ്റിദ്ധരിക്കാറുണ്ട്.

ഇതൊരു കുറ്റിച്ചെടിയാണ്. ശാഖകളുണ്ടെങ്കിലും കണ്ടമാനം ശാഖകളുല്പാദിപ്പിക്കുന്ന സ്വഭാവമില്ല. തണ്ടുകളെല്ലാം ഉരുണ്ടതാണ്. ഇലകൾക്ക് വലിയ വലുപ്പമില്ല. പരമാവധി 5 സെ.മീറ്റർ നീളവും 3 സെ.മീറ്റർ വീതിയും വരുന്ന ഇവ ചെറുരോമങ്ങൾ പൊതിഞ്ഞവയാണ്. ആയതാകൃതിയുള്ള ഇവയുടെ അരികുകൾ വാൾത്തല പോലെ ദന്തുരമായും അറ്റം കൂർത്തുമാണിരിക്കുന്നത്. കുറിഞ്ഞിക്കുടുംബത്തിലെ മറ്റംഗങ്ങളിൽ നിന്ന് തിരിച്ചറിയാൻ സഹായിക്കുന്ന ഒരു പ്രത്യേകത ഇതിന്റെ ഇലകൾക്കുണ്ട്. ഇലകൾ ഞെട്ടുകളുടെ സഹായമില്ലാതെ നേരിട്ടാണ് തണ്ടുകളുമായി ബന്ധം സ്ഥാപിച്ചിരിക്കുന്നത്. സസ്യശാസ്ത്രജ്ഞന്മാർ ഇവയ്ക്ക് അവൃന്തപത്രങ്ങൾ എന്നാണ് പേരു നൽകിയിരിക്കുന്നത്. സെസ്സൈലിസ് എന്ന സ്പീഷീസ് നാമവും ഈ സ്വഭാവം മൂലമാണ് ലഭിച്ചത്. ഇലകളുടെ, തണ്ടോടടുത്ത ഭാഗത്തിന് ഹൃദയാകൃതിയാണ്.

എല്ലാ വർഷവും പൂവിടുന്ന സ്വഭാവമാണിതിന്. നവംബർ-ഡിസംബർ മാസങ്ങളിലാണ് പൂവിടുക. രോമാവൃതമായ സ്പൈക്ക് പൂങ്കുലകൾക്ക് 3 സെ.മീറ്റർ മുതൽ 5 സെ.മീറ്റർ വരെ നീളം കാണും. ഇലകളുടെ ഇടുക്കുകളിലും ശാഖാഗ്രങ്ങളിലും ഇവയുണ്ടാകും. ഒരു സെ.മീ. നീളവും മുക്കാൽ സെ.മീ. വീതിയുമുള്ള ധാരാളം സഹപത്രങ്ങൾ ഭംഗിയായടുക്കിയ കുഴലുപോലെയുള്ള പൂങ്കുലയിൽ ധാരാളം പൂക്കൾ ഇടതിങ്ങിയുണ്ടാവും. പൂവിന് നരച്ച നീലനിറമെന്നോ പർപ്പിൾ നിറമെന്നോ പറയാം. ഒരു സെ.മീറ്ററോളം നീളം വരുന്ന നാരു പോലുള്ള ബാഹ്യദളങ്ങളുള്ള പൂവിലെ ആകർഷകമായ ഭാഗം 3 സെ.മീ. വരെ നീളത്തിൽ വിടർന്നുനില്ക്കുന്ന ദളപുടമാണ്. ദളപുടനാളിയുടെ ഉൾവശത്തും കേസരങ്ങളിലും ധാരാളം രോമങ്ങൾ കാണും.

ഇതിന് ഉപയിനങ്ങളുണ്ട്. പ്രധാനപ്പെട്ട രണ്ട് ഇനങ്ങളെ ചുവടെ വിവരിക്കുന്നു.

സ്ട്രോബിലാന്തസ് സെസ്സിലിസ് സെസ്സിലിസ്
(*Strobilanthes sessilis* Nees. var. sessilis)

പശ്ചിമഘട്ടത്തിൽ കാണപ്പെടുന്ന സ്ഥലങ്ങൾ:
കേരളം, തമിഴ്നാട്, കർണാടകം, മഹാരാഷ്ട്ര.

പശ്ചിമഘട്ടത്തിലുടനീളം കാണാവുന്ന ഒരിനമാണിത്. ഇത് നീലക്കുറിഞ്ഞിയെപ്പോലെ, തുറസ്സായ പർവ്വത പുൽമേടുകളിലാണ് വളരുന്നത്. 1200 മീറ്ററിന് താഴെ ഉയരമുള്ളയിടങ്ങളാണ് ഇവയുടെ താവളങ്ങൾ എന്നതാണ് നീലക്കുറിഞ്ഞിയിൽ നിന്നുള്ള പ്രധാന വ്യത്യാസം. ഞെട്ടില്ലാത്ത ഇലകളും ഇതിനെ വ്യത്യസ്തമാക്കുന്നു. ധാരാളം ശാഖകളോടെ ഒരു മീറ്ററോളം ഉയരത്തിൽ വലിയ പച്ചക്കൂനകൾ പോലെയാണിവ വളരുക. ദൂരെക്കാഴ്ചയ്ക്കും ആകാശക്കാഴ്ചയ്ക്കും വളരെ മനോഹരമാണിവ വളർന്നുനില്ക്കുന്നത് കാണാൻ. മണ്ണിനടിയിലെ പ്രകന്ദങ്ങളിൽ നിന്നാണിവ വളരുന്നത്. മറ്റിനം കുറിഞ്ഞികളിൽ നിന്ന് ഇവയെ വ്യത്യസ്തമാക്കുന്ന ഒരു പ്രത്യേകതയാണ് പ്രകന്ദങ്ങളുടെ സാന്നിദ്ധ്യം. നാലു വർഷത്തിലൊരിക്കലാണിവ പൂവിടുക.

സ്ട്രോബിലാന്തസ് സെസ്സിലിസ് റിച്ചി
(*Strobilanthes sessilis* Nees. var. Ritchie)

പശ്ചിമഘട്ടത്തിൽ കാണപ്പെടുന്ന സ്ഥലങ്ങൾ:
മഹാരാഷ്ട്ര, കർണാടകം.

പശ്ചിമഘട്ടത്തിൽ കൊങ്കൺ മുതൽ വടക്കോട്ട് പൂന വരെ വ്യാപകമായി കണ്ടുവരുന്ന ഒരിനമാണിത്. വെട്ടുകൽപ്പാറകളുള്ള പുൽമേടുകളോട് ഇതിന് ഒരു പ്രത്യേക മമതയുള്ളതായി തോന്നാറുണ്ട്. ചെറിയ

ബഹുവർഷി കുറ്റിച്ചെടിയായ ഇതിന് 50–75 സെ.മീ. ഉയരത്തിൽ ഗോളാകൃതിയിലുള്ള കൂന പോലെ തഴച്ചുവളരുന്ന പ്രകൃതമാണ്. ഇതിന് ചതുഷ്കോണാകൃതിയുള്ള ധാരാളം ശാഖകളും അവയിൽ മൃദുരോമങ്ങൾ പൊതിഞ്ഞ, ഞെട്ടില്ലാത്ത ഇലകളും കാണും.

ഏഴു വർഷത്തിലൊരിക്കലാണ് പൂവണിയുക. 9 മുതൽ 13 വർഷം വരെയാണ് ഇവയുടെ പുഷ്പിക്കൽ ഇടവേള എന്നും അഭിപ്രായമുണ്ട്. ശാഖാഗ്രങ്ങളിലാണ് പർപ്പിൾ പൂക്കളുള്ള പൂങ്കുലയുണ്ടാകുന്നത്. വളരെ മനോഹരമായ പൂക്കളാണിവ. ഇവ കൂട്ടമായി പൂക്കുന്നത് പശ്ചിമഘട്ടത്തിലെ മറ്റൊരു ആകർഷണമാണ്. ദക്ഷിണ പശ്ചിമഘട്ടത്തിൽ നീലക്കുറിഞ്ഞിക്കുള്ള പ്രാധാന്യമാണ് ഉത്തര പശ്ചിമഘട്ടത്തിൽ ഇതിനുള്ളത്. മഹാരാഷ്ട്രയിലെ കാസ് പീഠഭൂമിയിൽ ഇവ കൂട്ടമായി പൂക്കുമ്പോൾ മൂന്നാറിലെ നീലക്കുറിഞ്ഞിവസന്തം പോലെ സന്ദർശകരെ ആകർഷിക്കാറുണ്ട്.

കരിങ്കുറിഞ്ഞി

(Pitcher cone flower)

സ്ട്രോബിലാന്തസ് ഹെയ്നിയാനസ്

(Strobilanthes heyneanus Nees.*)*

നീൽഗിരിയാന്തസ് ഹെയ്നിയാനസ്

(Niligirianthes heyneanus (Nees) Bremek.*)*

പശ്ചിമഘട്ടത്തിൽ കാണപ്പെടുന്ന സ്ഥലങ്ങൾ:
മഹാരാഷ്ട്ര, ഗോവ, കേരളം, തമിഴ്നാട്, കർണാടകം.

ചോലക്കാടുകളുടെയും പുൽമേടുകളുടെയും അതിർത്തിപ്രദേശങ്ങളിൽ വളരുന്ന ഒരു നിത്യഹരിതസസ്യമാണ് കരിങ്കുറിഞ്ഞി അഥവാ കലശക്കുറിഞ്ഞി. കേരളമുൾപ്പെടുന്ന പശ്ചിമഘട്ടത്തിൽ ധാരാളമായി കാണപ്പെടുന്നു. ഇന്ത്യ കൂടാതെ ശ്രീലങ്കയിലും ഇവയെക്കാണാം. പശ്ചിമഘട്ടം കടന്നുപോകുന്ന എല്ലാ സംസ്ഥാനങ്ങളിലും ഇവ വാസമുറപ്പിച്ചിട്ടുണ്ട്. അതിനാൽത്തന്നെ, പശ്ചിമഘട്ടത്തിൽ ഏറ്റവും വ്യാപകമായി വിതരണം ചെയ്യപ്പെട്ടിട്ടുള്ള കുറിഞ്ഞിയിനമെന്നാണ് ഇതിന് ഖ്യാതി. നിത്യഹരിതവനങ്ങളിലല്ലാതെ ഇവയ്ക്ക് വളരാനാവില്ല. 1800 മീറ്ററിൽത്താഴെ ഉയരമുള്ള ഇത്തരം വനങ്ങളിലെ നനവാർന്ന അടിക്കാടുകളിലും ചെറിയ അരുവികളുടെ ഓരങ്ങളിലുമൊക്കെയാണിവ വളരുക. കേരളത്തിൽ ആലപ്പുഴ ഒഴികെയുള്ള എല്ലാ ജില്ലകളിലും ഇവയെ കണ്ടെത്തിയിട്ടുണ്ട്.

ഇതിനെയും സ്ട്രോബിലാന്തസ് ലുപ്പുലീനസ് എന്നയിനത്തെയും തിരിച്ചറിയാൻ പലരും ബുദ്ധിമുട്ടാറുണ്ട്. ബാഹ്യസ്വഭാവങ്ങളിൽ

ഇവയ്ക്കുള്ള സാമ്യമാണ് ഇതിന് കാരണം. പലപ്പോഴും ഇവ രണ്ടും ഒന്നാണെന്ന് സസ്യശാസ്ത്രജ്ഞന്മാർ അഭിപ്രായപ്പെട്ടിട്ടുണ്ട്. ഇവ തമ്മിൽ തിരിച്ചറിയാനുള്ള പ്രാഥമിക ലക്ഷണം ഹെയ്നിയാനസിന്റെ പൂങ്കുലകളിൽ ഗ്രന്ഥിലോമങ്ങൾ കാണുകയില്ലെന്നതാണ്. കൂടാതെ, ഈ യിനം കൂടുതൽ വ്യാപകമായിക്കാണുകയും ചെയ്യും.

ഇതൊരു കുറ്റിച്ചെടിയാണ്. ശാഖിതമായ ഇതിന്റെ ഉപശാഖകൾ രോമ നിബിഡമാണ്. 1–2 മീറ്റർ ആണ് ഉയരം. തണ്ടുകൾ നേർത്തതാണ്. ഇവ രോമിലമായിരിക്കും. ഈ സ്പീഷീസിന്റെ ഇലകളുടെ വലുപ്പത്തിലും ആകൃതിയിലും പൂക്കളുടെയും പൂങ്കുലയുടെയും നിറത്തിലും വലുപ്പ ത്തിലും വളരെ വ്യത്യാസങ്ങൾ ദൃശ്യമാണ്. കടുത്ത പച്ചനിറമുള്ള ലഘു ഇലകളാണിതിന്. രോമിലമായ ഇവയ്ക്ക് മുനയില്ലാത്ത കൂർത്ത അഗ്രവും ദന്തുരമായ അരികുകളുമാണ്. വിസ്താരത്തിൽ ആയതാകൃതിയുള്ള ഇലപ്പാളിക്ക് 6–10 സെ.മീ. നീളവും 4–7 സെ.മീ. വീതിയുമുണ്ടാവും. പരു പരുത്ത പ്രതലമുള്ള ഇവയിൽ ധാരാളം രോമങ്ങൾ കാണും. ഇലഞെട്ട് സാമാന്യം നീണ്ടതാണ്. 3–4.5 സെ.മീ. നീളം വരുന്ന ഇതിൽ ചിലപ്പോൾ ചെമപ്പുനിറം കലർന്ന് കാണാറുണ്ട്.

4 വർഷത്തിലൊരിക്കലാണ് പൂവിടൽ. ഒക്ടോബർ–ഡിസംബർ മാസ ങ്ങളിലാണ് പൂക്കുന്നത്. പത്രകക്ഷങ്ങളിൽ ഒരു തണ്ടിന്റെയറ്റത്തായി രണ്ടു മൂന്ന് സ്പൈക്ക് പൂങ്കുലകൾ രൂപപ്പെടും. അണ്ഡാകൃതിയുള്ള ഓരോ സ്പൈക്കിനും 2 സെ.മീ. നീളം വരും. പിങ്ക് ഛായയുള്ള അനേകം പത്ര സമാന സഹപത്രങ്ങൾ ചേർന്നതാണ് ഓരോ സ്പൈക്കും. സഹപത്ര ങ്ങൾക്ക് വൃത്താകൃതിയാണ്. കിണ്ണം പോലെ അകം കുഴിഞ്ഞിരിക്കുന്ന ഇവയ്ക്ക് ശരാശരി 1.5 സെന്റീമീറ്റർ നീളവും ഒരു സെന്റീമീറ്ററിൽ അല്പ മധികം വീതിയും വരും. സഹപത്രകങ്ങൾ കാണാറില്ല. ഒരു സ്പൈ ക്കിൽ, ചെറിയ കൂജയുടെയോ കുടത്തിന്റെയോ ആകൃതിയുള്ള 4–10 ചെറിയ പൂക്കളുണ്ടാവും. പൂവിന്റെ ഈ ആകൃതിയാവണം ചെടിക്ക് പിച്ചർ കോൺഫ്ളവറെന്നും കലശക്കുറിഞ്ഞിയെന്നും വിളിപ്പേര് നേടിക്കൊടു ത്തത്. നീലയുടെ വിവിധ ഷെയ്ഡുകളിലുള്ളവയാണ് പൂക്കൾ. പൂവിന് സംയുക്താവസ്ഥയിലുള്ള 5 വീതം ബാഹ്യദളങ്ങളും ദളങ്ങളുമുണ്ടാവും. ബാഹ്യദളങ്ങൾക്ക് പിങ്ക് ഛായയാണ്. ദളപുടത്തിന് ആകെ 2.5 സെ.മീ. നീളം കാണും. ദളപുടനാളി തടിച്ചതാണ്. 1–1.5 സെ.മീ നീളമുള്ള ഇതിന്റെ യറ്റത്ത് പൾപ്പിൾ നീലനിറമുള്ള 5 ദളങ്ങൾ വിടർന്നുനിൽക്കും. കേസര പുടനാളിയിലും കേസരതന്തുക്കളിലും കേസരങ്ങൾക്ക് മുകളിൽ ദളപുട നാളിയുടെ അകവശത്തും ധാരാളം രോമങ്ങൾ കാണാവുന്നതാണ്. ജനി പുടത്തിൽ സംയുക്തമായ രണ്ട് ജനികളുണ്ടാവും. അണ്ഡാശയം ഊർധ്വ വർത്തി. ഇതിന് രണ്ടറകളും ഓരോന്നിലും ധാരാളം ബീജാണ്ഡങ്ങളും കാണും. വർത്തികാഗ്രത്തിന് താഴെ വർത്തിക വീർത്തിരിക്കും. കായ് നീണ്ട ആയതാകാരമായ ക്യാപ്സ്യൂൾ. 6–8 മി.മീറ്ററോളം നീളം വരുന്ന ഇവയിലെ വിത്തുകൾ ചിറകുകളുള്ളതായിരിക്കും. 4 വിത്തുകളാണ് പതിവ്. വിത്തുവഴിയാണ് പുനരുത്ഭവം നടക്കുന്നത്.

ഇവ സമൂലം ഔഷധത്തിനായി ഉപയോഗിക്കുന്നുണ്ട്. വേര്, ഇല എന്നിവയ്ക്ക് ഔഷധഗുണം കൂടുതലാണ്. ഇലയിൽ കൂടിയ തോതിൽ പൊട്ടാസ്യം അടങ്ങിയിരിക്കുന്നു. വേരിൽ ലുപിയോൾ എന്ന ഘടകമുണ്ട്. വടക്കേയിന്ത്യയിൽ സഹചര എന്ന പേരിൽ ഉപയോഗിക്കുന്ന ബാർലീറിയ പ്രയോണിറ്റിസിന് പകരം കേരളത്തിലെ വൈദ്യന്മാർ ഇതുപയോഗിക്കുന്നു. വാതരോഗങ്ങളെ ശമിപ്പിക്കാനും രക്തം ശുദ്ധീകരിക്കാനും ലൈംഗിക ബലഹീനത കുറയ്ക്കാനും കുഷ്ഠം. ചൊറി, ചിരങ്ങ് എന്നിവയകറ്റാനും ഇത് ഫലപ്രദമായ ഔഷധമാണ്. മഞ്ഞപ്പിത്തത്തിനും അതിവിശിഷ്ടമാണിത്. കരിങ്കുറിഞ്ഞി കഷായം വിഖ്യാതമാണ്. മുഖ്യമായും കുറിഞ്ഞി ചേർത്തുണ്ടാക്കുന്ന കുറിഞ്ഞിക്കുഴമ്പ് പ്രസവരക്ഷയ്ക്ക് ഉത്തമമാണ്. സഹാചരാദി തൈലം, സഹചരാദിഘൃതം എന്നിവ നിർമ്മിക്കാൻ ഇത് ഉപയോഗിക്കാറുണ്ട്.

വെറ്റിലക്കുറിഞ്ഞി

സ്ട്രോബിലാന്തസ് ഫോളിയോസസ്
(*Strobilanthes foliosus* (Wt.) Anders)

പശ്ചിമഘട്ടത്തിൽ കാണപ്പെടുന്ന സ്ഥലങ്ങൾ:
കേരളം, തമിഴ്നാട്, കർണാടകം.

പശ്ചിമഘട്ടത്തിലെ ദേശജാതിയായ ഒരിനം കുറിഞ്ഞിയാണ് കല്ലുകുറിഞ്ഞിയെന്നും വിളിക്കപ്പെടുന്ന ഈ സസ്യം. ദക്ഷിണപശ്ചിമഘട്ടത്തിൽ വ്യാപകമായി വിതരണം ചെയ്യപ്പെട്ടിരിക്കുന്ന ഇവയെ കേരളത്തിൽ ഇടുക്കി, കോഴിക്കോട്, പാലക്കാട്, വയനാട്, തിരുവനന്തപുരം ജില്ലകളിൽ കണ്ടെത്തിയിട്ടുണ്ട്. 2000 മീറ്ററിലധികം ഉയരമുള്ള മലകളിലെ നിത്യഹരിതവനങ്ങളുടെയും ചോലക്കാടുകളുടെയും അതിരുകളിലും അരുവികളുടെ ഓരങ്ങളിലുമാണ് ഇവയെ കാണാനാവുക. കൂട്ടമായി വളരുന്ന പ്രകൃതമാണിതിന്.

വലുപ്പമുള്ള കുറ്റിച്ചെടിയായി നിവർന്നു വളരുന്നയിനമാണിത്. 1-4 മീറ്റർ ഉയരം വയ്ക്കും. ശാഖകൾ ഉരുണ്ടതും മെലിഞ്ഞതുമാണ്. ഉപശാഖകൾക്ക് ചെമപ്പുനിറമായിരിക്കും. ലഘുപത്രങ്ങളാണിതിന്. ചർമ്മില പ്രകൃതമുള്ള തിളങ്ങുന്ന ഇലപ്പാളിക്ക് 4-8 സെന്റീമീറ്റർ നീളവും 2-3 സെന്റീമീറ്റർ വീതിയും വരും. ആയതാകൃതിയുള്ള ഇതിന്റെ രണ്ടറ്റവും ഒരുപോലെ മുനപ്പുള്ളതാണ്. അരികുകൾ ദന്തുരമാണ്. സിരകൾ വ്യക്തമായിക്കാണാം. ഇലയുടെ അടിവശത്തിന് വെള്ളനിറമാണ്. ഇലഞ്ഞെട്ടിന് 1-2 സെന്റീമീറ്റർ നീളം വരും.

ഇവ 8 വർഷത്തിലൊരിക്കലാണ് പൂക്കുന്നത്. (രണ്ടു വർഷത്തിലൊരിക്കൽ പൂക്കുന്നതായും റിപ്പോർട്ടുകളുണ്ട്). ഒക്ടോബർ-ഡിസംബർ

മാസങ്ങളിലാണ് പൂക്കൾ കാണാറുള്ളത്. ശാഖാഗ്രങ്ങളിലും പത്രകക്ഷങ്ങളിലും സ്പൈക്ക് പൂങ്കുലകളുണ്ടാകും. 3–4 സെ.മീ. നീളമുള്ള സ്പൈക്കുകൾക്ക് കുന്താകൃതിയാണ്. സ്പൈക്കിന് ചുവട്ടിൽ രണ്ട് പരസ്പരാഭിമുഖ ജോടികളായി, ശരാശരി 3 സെ.മീ. നീളവും ഒരു സെ.മീ. വീതിയുമുള്ള 4 സഹപത്രങ്ങൾ കാണാം. ഇതുകൂടാതെ, ഓരോ പൂവിനും സഹപത്രങ്ങളും സഹപത്രകങ്ങളുമുണ്ടാവും. പൂവിലെ വിദളങ്ങൾക്ക് ശരാശരി 17 മി.മീ. നീളം വരും. ദളപുടത്തിന് നേർത്ത നീലനിറമോ ഇളം പർപ്പിൾനിറമോ ആയിരിക്കും. ശരാശരി 4.5 സെ.മീ. നീളം വരുന്ന ഇതിന് സിലിണ്ടർ ആകൃതിയുള്ള നാളിയും വിടർന്ന 5 ഇതളുകളുമുണ്ടാവും. കേസരങ്ങളുടെ സംയുക്തമായ തന്തുക്കളിൽ രോമങ്ങളുണ്ടായിരിക്കും. കായ് ക്യാപ്സ്യൂളാണ്. 15 മി.മീ. നീളം വരും. ഇതിൽ മഞ്ഞനിറമുള്ള, തിളങ്ങുന്ന വിത്തുകൾ കാണും.

ചോണക്കുറിഞ്ഞി

സ്ട്രോബിലാന്തസ് പെറോട്ടെട്ടിയാനസ്
(Strobilanthes perrottetianus Nees.)

പശ്ചിമഘട്ടത്തിൽ കാണപ്പെടുന്ന സ്ഥലങ്ങൾ:
കേരളം, തമിഴ്നാട്, കർണാടകം.

ദക്ഷിണപശ്ചിമഘട്ടത്തിലെ ദേശജാതിയായ ഒരിനം കുറിഞ്ഞിയാണിത് കേരളത്തിൽ കോഴിക്കോട്, കണ്ണൂർ ജില്ലകളിലെ 2000 മീറ്ററിലധികം ഉയരമുള്ള മലകളിലെ ചോലക്കാടുകളുടെ ഓരങ്ങളിലാണ് ഇവയെ കാണാനാവുക. സൈലന്റ് വാലിയിൽ ധാരാളമായി കണ്ടുവരുന്നു. മിനുങ്ങുന്ന തവിട്ടുനിറമുള്ള രോമങ്ങൾ പൊതിഞ്ഞ തളിരിലകളും ചെമപ്പുനിറമുള്ള പൂക്കളും ഇവയെ തിരിച്ചറിയാൻ സഹായിക്കുന്നു. ചെമപ്പുനിറമുള്ള പൂക്കളുമായി ദക്ഷിണേൻഡ്യയിൽ കണ്ടെത്തിയിട്ടുള്ള ഒരേയൊരു കുറിഞ്ഞിയിനമാണിത്.

ഇതൊരു ചെറിയ കുറ്റിച്ചെടിയാണ്. പരമാവധി 1.5 മീറ്റർ ഉയരം വയ്ക്കും. ശാഖകൾ സാമാന്യം ഉരുണ്ടതും മെലിഞ്ഞതും രോമാവൃതവുമാണ്. ലഘുപത്രങ്ങളാണിതിന്. കടലാസുപ്രകൃതമുള്ള ഇലപ്പാളിക്ക് ശരാശരി 8 സെന്റീമീറ്റർ നീളവും 4 സെന്റീമീറ്റർ വീതിയും വരും. ആയതാകൃതിയുള്ള ഇതിന്റെ അറ്റത്ത് ചെറിയ ഒരു മുനപ്പ് കാണും. ഇരുവശവും മിനുങ്ങുന്ന മൃദുരോമങ്ങളാൽ പൊതിഞ്ഞിരിക്കും. സിരകൾ മുകൾപ്രതലത്തിൽ പതിഞ്ഞിരിക്കുന്നതുപോലെയാണ് കാണുക. അടിയിൽ അല്പം എഴുന്നുമിരിക്കും. 2.5 സെന്റീമീറ്റർ നീളമുള്ള ഇലഞെട്ടും രോമാവൃതമായിരിക്കും.

ഇവ 10 വർഷത്തെ ഇടവേളകളിലാണ് പൂക്കുന്നത്. ജൂൺ മുതൽ ഡിസംബർ വരെ പൂക്കൾ കാണാറുണ്ട്. സ്പൈക്ക് പൂങ്കുലകൾ ശാഖാഗ്ര ങ്ങളിലും പത്രകക്ഷങ്ങളിലുമുണ്ടാകും. 3-4 സെ.മീ. നീളമുള്ള സ്പൈക്കു കൾ രോമാവൃതമാണ്. സ്പൈക്കിന് ചുവട്ടിലെ സഹപത്രങ്ങൾ പത്ര സമാനമായിരിക്കും. പർപ്പിൾ നിറമുള്ള ഇവ തണ്ടിനെ ഭാഗികമായി പൊതിയും. പൂവിനും രോമാവൃതമായ സഹപത്രങ്ങളും സഹപത്രക ങ്ങളുമുണ്ടാവും.

പൂവിലെ വിദളങ്ങൾക്ക് ശരാശരി 10 മി.മീ. നീളം വരും. സാമാന്യം ദൃഢമായ ഇവയിൽ ചെമപ്പുനിറമുള്ള ധാരാളം രോമങ്ങൾ കാണും. ചോർപ്പിന്റെ ആകൃതിയുള്ള ദളപുടത്തിന് നേർത്ത നീലനിറമോ നരച്ച പർപ്പിൾനിറമോ പിങ്കുനിറമോ ആയിരിക്കും. ശരാശരി 2.5 സെ.മീ. നീളം വരുന്ന ഇതിന് സിലിണ്ടറാകൃതിയുള്ള ചെറിയ നാളിയും ക്രമേണ വിസ്താരം വയ്ക്കുന്ന മുകൾഭാഗവുമുണ്ട്. ഇവിടെ വിടർന്ന 5 ഇതളു കളുണ്ടാവും.ദളപുടത്തിന്റെ അകവശം രോമാവൃതമാണെങ്കിലും പുറ വശത്ത് രോമങ്ങൾ കാണാറില്ല. കേസരങ്ങളുടെ സംയുക്തമായ തന്തു ക്കളിൽ സിൽക്കുരോമങ്ങളുണ്ടായിരിക്കും.

ആൻഡേസൺ കുറിഞ്ഞി

സ്ട്രോബിലാന്തസ് ആൻഡേഴ്സണി

(Strobilanthes andersonii Bedd.*)*

പശ്ചിമഘട്ടത്തിൽ കാണപ്പെടുന്ന സ്ഥലങ്ങൾ: കേരളം, തമിഴ്നാട്

പശ്ചിമഘട്ടത്തിലെ ദേശജാതിയായ ഒരിനം കുറിഞ്ഞിയാണിത്. ദക്ഷിണ പശ്ചിമഘട്ടത്തിൽ ഇടുക്കിജില്ലയിലെ ഇരവികുളത്തെ ചോലക്കാടുകളി ലാണ് ഇവയെ കണ്ടെത്തിയിട്ടുള്ളത്. പൊതുവെ വിരളമാണ്. വലിയ കുറ്റിച്ചെടിയായി വളരുന്ന ഇതിന് 4 മീറ്റർ വരെ ഉയരം വയ്ക്കും. ഇതിന്റെ തണ്ടുകൾ ഉരുണ്ടതാണ്. ശാഖകളുടെ മുകൾവശത്ത് രോമങ്ങൾ കാണാം. ചർമ്മിലപ്രകൃതമുള്ള ഇലകൾക്ക് അണ്ഡാകാരം. 10-16 സെന്റീമീറ്റർ നീളവും 10 സെന്റീമീറ്റർ വരെ വീതിയും വരും. പരസ്പരാഭിമുഖ പത്ര ജോടികളിലെ ഇലകൾ ചിലപ്പോൾ അസമങ്ങളായിരിക്കും. രോമാവൃത മായ ഇലഞെട്ടിന് 4 സെന്റീമീറ്റർ വരെ നീളം വരും.

പൂവിന് നരച്ച നീലനിറമാണ്. ഇത് പത്രകക്ഷങ്ങളിലെ സ്പൈക്ക് പൂങ്കുലകളിലുണ്ടാവും. പൂങ്കുലകളിൽ പത്രസമാന സഹപത്രങ്ങൾ കാണും.

അമാബിലിസ് കുറിഞ്ഞി

സ്ട്രോബിലാന്തസ് അമാബിലിസ്
(*Strobilanthes amabilis* Clarke)

പശ്ചിമഘട്ടത്തിൽ കാണപ്പെടുന്ന സ്ഥലങ്ങൾ:
കേരളം, തമിഴ്നാട്.

പശ്ചിമഘട്ടത്തിലെ ദേശജാതിയായ ഇതിനെ ദക്ഷിണപശ്ചിമഘട്ടത്തിലെ നിത്യഹരിതവനങ്ങളിലാണ് കാണുന്നത്. മലപ്പുറം, പാലക്കാട് ജില്ലകളിൽ കണ്ടെത്തിയിട്ടുണ്ട്.

വലിയ കുറ്റിച്ചെടിയായി വളരുന്ന ഇതിന് 2 മീറ്റർ വരെ ഉയരം വയ്ക്കും. തണ്ടുകൾ രോമങ്ങൾ പൊതിഞ്ഞതാണ്. തുകൽപ്രകൃതമുള്ള ഇലകൾക്ക് ശരാശരി 18 സെന്റീമീറ്റർ നീളവും 8 സെന്റീമീറ്റർ വീതിയും വരും. പരസ്പരാഭിമുഖമായി വിന്യസിച്ചിരിക്കുന്ന ഇവയ്ക്ക് ആയതാകൃതിയാണ്. അറ്റം കൂർത്തിരിക്കും. ഇലഞെട്ട് രോമാവൃതമാണ്. ഇതിന് 2.5 സെന്റീമീറ്റർ നീളം വരും.

10 വർഷത്തിലൊരിക്കലാണത്രെ ഇവ പൂക്കുന്നത്. പൂക്കുന്ന അവസരത്തിൽ കൂട്ടമായി പൂവിടുന്ന പതിവുണ്ട്. ഡിസംബർ മുതൽ മാർച്ച് വരെയാണ് ഇതിന്റെ പൂക്കാലം. പൂക്കൾ ആകർഷകമാണ്. പൂവിന് പിങ്കു നിറമാണ്. ചില്ലകളുടെ അഗ്രങ്ങളിലെ പാനിക്കിൾ പൂങ്കുലകളിലാണിവയുണ്ടാവുന്നത്. പൂങ്കുലകൾക്ക് ഒട്ടുന്ന സ്വഭാവമുണ്ട്. 2 സെ.മീ. നീളം വരുന്ന നേർത്ത ഞെട്ടുള്ള പൂവിന് സഹപത്രങ്ങളും സഹപത്രകങ്ങളുമുണ്ട്. ചെറുരോമങ്ങൾ പൊതിഞ്ഞ ഇവയ്ക്ക് ചെമപ്പ് കലർന്ന തവിട്ടു നിറമാണ്. ബാഹ്യദളങ്ങൾക്കും ഒട്ടുന്ന സ്വഭാവമുണ്ട്. പിങ്കുനിറമുള്ള ദളപുടത്തിന് കുടമണിയാകൃതിയാണ്. 3 സെ.മീ. നീളം വരും. ദളങ്ങളുടെ അകവശം രോമാവൃതമാണ്. കേസരപുടവും രോമാവൃതമാണ്.

സെങ്കേറിയാനസ് കുറിഞ്ഞി

സ്ട്രോബിലാന്തസ് സെങ്കേറിയാനസ്
(*Strobilanthes zenkerianus* Anders)

പശ്ചിമഘട്ടത്തിൽ കാണപ്പെടുന്ന സ്ഥലങ്ങൾ:
കേരളം, തമിഴ്നാട്.

പശ്ചിമഘട്ടത്തിലെ ദേശജാതിയായ ഒരിനം കുറിഞ്ഞിയാണിത്. ദക്ഷിണ പശ്ചിമഘട്ടത്തിലെ ചോലവനങ്ങളിൽ വിരളമായി കണ്ടുവരുന്നു. ഇടുക്കി ജില്ലയിൽ മാത്രമേ ഇവയെ ഇതുവരെ തിരിച്ചറിഞ്ഞിട്ടുള്ളു.

മരംപോലെ തഴച്ചുവളരുന്ന ഒരു കുറിഞ്ഞിയിനമാണിത്. 6 മീറ്റർ വരെ ഉയരം വയ്ക്കും. ശാഖകൾക്ക് കോണുകളുണ്ടാവും. സസ്യഭാഗങ്ങൾ രോമ രഹിതമാണ്. ചെറിയ തോതിൽ ദന്തുരമായ അരികുകളും മുനയുള്ള അഗ്രവുമുള്ള ഇലകൾക്ക് ആയതാകാരമോ അണ്ഡാകാരമോ ആയിരിക്കും. ഇവയ്ക്ക് ശരാശരി 10 സെന്റീമീറ്റർ നീളവും 2.5 സെന്റീമീറ്റർ വീതിയും വരും. ഇലപ്പാളി തുകലുപോലെയാണ്. ഇലഞെട്ട് നീണ്ടതാണ്. 5 സെ.മീ. വരെ നീളം വരും.

16-18 വർഷം വേണം ഇവ പൂവിടാൻ. സെപ്റ്റംബർ മുതൽ ഡിസം ബർ വരെയാണ് പൂവിടുക. ചില്ലകളുടെ അഗ്രങ്ങളിലും അഗ്രങ്ങളിലെ ഇലയിടുക്കുകളിലുമാണ് സ്പൈക്ക് പൂങ്കുലകളുണ്ടാവുന്നത്. പൂവിന് നീല മുതൽ വയലറ്റ് നിറം വരെ കാണാറുണ്ട്. പൂവിൽ സഹപത്രങ്ങളും സഹപത്രകങ്ങളും കാണാം. 2.5 സെ.മീ. നീളവും 1.5 സെ.മീ. വീതിയും വരുന്ന സഹപത്രങ്ങൾക്ക് അണ്ഡാകൃതിയാണ്. സഹപത്രകങ്ങൾ മെലി ഞ്ഞിരിക്കുന്നവയാണ്. 1.5 സെ.മീറ്ററോളം നീളം വരും. സഹപത്രകങ്ങ ളോളം നീളമുള്ള 5 ബാഹ്യദളങ്ങളാണ് പൂവിലുണ്ടാവുക. ദളപുടത്തിൽ ശരാശരി 1.2 സെ.മീ. നീളമുള്ള ഒരു നാളിയും ഒരു സെ.മീ. നീളവും 0.8 സെ.മീ. വീതിയുമുള്ള 4 ഇതളുകളുള്ള വിടർന്ന ഭാഗവും കാണും. 4 കേസരങ്ങളോടൊപ്പം ഒരു വന്ധ്യകേസരവും കാണാവുന്നതാണ്.

ആനമലക്കുറിഞ്ഞി

സ്ട്രോബിലാന്തസ് ആനമലൈക്ക
(Strobilanthes anamallaica Wood*)*

പശ്ചിമഘട്ടത്തിൽ കാണപ്പെടുന്ന സ്ഥലങ്ങൾ: കേരളം, തമിഴ്നാട്, കർണാടകം.

ദക്ഷിണപശ്ചിമഘട്ടത്തിൽ നീലഗിരിക്കുന്നുകളിലെയും ആനമല യിലെയും ദേശജാതിയായ ഒരിനം കുറിഞ്ഞിയാണിത്. കേരളത്തിൽ, കൊല്ലം, പത്തനംതിട്ട, ഇടുക്കി, തൃശൂർ, പാലക്കാട്, വയനാട് ജില്ലകളിലെ 1200-1500 മീറ്റർ ഉയരമുള്ള നിത്യഹരിതവനങ്ങളുടെ ഓരങ്ങളിലും അടിക്കാടുകളിലുമാണ് ഇവയെ കണ്ടെത്തിയിട്ടുള്ളത്. ഇടുക്കി ജില്ലയിലെ ആനമല മേഖലയിൽ നിന്ന് ആദ്യമായി തിരിച്ചറിഞ്ഞതിനാൽ ഇതിന്റെ ശാസ്ത്രനാമം അതുമായി ബന്ധപ്പെട്ടതായി. ഇടതൂർന്നുള്ള വളർച്ചയും മിനുങ്ങുന്ന കരിംപച്ച ഇലകളും താഴേക്ക് ചരിഞ്ഞുനില്ക്കുന്ന, വെള്ള യോടടുത്ത ലാവണ്ടർ നിറമുള്ള പൂക്കളും ഇവയെ തിരിച്ചറിയാൻ സഹായി ക്കുന്നു.

ഇതൊരു ചെറിയ കുറ്റിച്ചെടിയാണ്. ശാഖോപശാഖകളോടെ പരമാ വധി 1.5 മീറ്റർ ഉയരത്തിൽ നിവർന്ന് വളരും. ഉപശാഖകൾ തീരെ

മെലിഞ്ഞതാണ്. പരസ്പരാഭിമുഖമായി ക്രമീകരിച്ച ലഘുപത്രങ്ങൾക്ക് മിനുങ്ങുന്ന കരിംപച്ചനിറം. ഇലഞ്ഞെട്ടിന് ശരാശരി 3.5 സെന്റീമീറ്റർ നീളം കാണും. കടലാസുപ്രകൃതമുള്ള ഇലപ്പാളിക്ക് ശരാശരി 5-8 സെന്റീമീറ്റർ നീളവും 2-2.5 സെന്റീമീറ്റർ വീതിയും വരും. നീണ്ട ആയതാകൃതിയുള്ള ഇതിന്റെ അറ്റം കൂർത്തുമെലിഞ്ഞതും അരികുകൾ നേരിയ തോതിൽ ദന്തുരവുമാണ്. സിരകൾ മുകൾപ്രതലത്തിൽ എഴുന്നിരിക്കുന്നതുപോലെ യാണ് കാണുന്നത്.

ഇവ 8 വർഷത്തെ ഇടവേളകളിലാണ് പൂക്കുന്നതത്രെ. സെപ്റ്റംബർ മുതൽ ഡിസംബർ വരെയാണ് പൂക്കൾ കാണാറുള്ളത്. 3-4 സെ.മീ. നീളം വരുന്ന സ്പൈക്ക് പൂങ്കുലകൾ പ്രധാനമായും പത്രകക്ഷങ്ങളി ലാണുണ്ടാകുന്നത്. നീണ്ട പൂങ്കുലത്തണ്ടിന് ഏകദേശം പൂങ്കുലയുടെ യത്രതന്നെ നീളം വരും. ഒരു സെന്റീമീറ്റർ നീളം വരുന്ന സഹപത്ര ങ്ങൾക്ക് അണ്ഡാകൃതി. സഹപത്രകങ്ങൾ വളരെ ചെറുതാണ്. സിലി ണ്ടറാകൃതിയുള്ള നാളിയും വിടർന്ന 5 ഇതളുകളുമുള്ള പൂവിന് 2 സെന്റീ മീറ്റർ നീളം വരും. ചോർപ്പിന്റെ ആകൃതിയുള്ള ദളപുടത്തിന് വെള്ളനിറ മാണോ എന്ന് തോന്നുന്ന രീതിയിൽ, വളരെ നേർത്ത പർപ്പിൾ അഥവാ ലാവൻഡർ നിറമായിരിക്കും.

മണിക്കുറിഞ്ഞി

സ്ട്രോബിലാന്തസ് ആൻസെപ്സ്

(Strobilanthes anceps Nees.*)*

പശ്ചിമഘട്ടത്തിൽ കാണപ്പെടുന്ന സ്ഥലങ്ങൾ:
കേരളം, തമിഴ്നാട്

ഇന്ത്യയിലും ശ്രീലങ്കയിലും കണ്ടുവരുന്ന ഒരിനം കുറിഞ്ഞിയാണിത്. കേരളത്തിൽ, ഇടുക്കി, തൃശൂർ, പാലക്കാട്, മലപ്പുറം, വയനാട് ജില്ലകളിലെ 1200-1600 മീറ്റർ ഉയരമുള്ള നിത്യഹരിതവനങ്ങളുടെയും ചോലക്കാടുകളു ടെയും സമീപവും അടിക്കാടുകളിലുമാണ് ഇവയെ കണ്ടെത്തിയിട്ടുള്ളത്.

ഇതൊരു കുറ്റിച്ചെടിയാണ്. ശാഖകൾക്ക് അവ്യക്തമായ ചതുഷ് കോണാകൃതിയാണ്. കോണുകളിൽ രോമങ്ങൾ കാണാവുന്നതാണ്. പരസ്പരാഭിമുഖമായി ക്രമീകരിച്ച ലഘുപത്രങ്ങൾക്ക് സാമാന്യം നല്ല വലുപ്പം കാണും. ഇലഞ്ഞെട്ടിന് ശരാശരി 3-4 സെന്റീമീറ്റർ നീളം വരും. 12-18 സെന്റീമീറ്റർ നീളവും 3-5 സെന്റീമീറ്റർ വീതിയും വരുന്ന ഇല പ്പാളിക്ക് ആയതാകൃതിയാണ്. ധാരാളം ഗ്രന്ഥിലോമങ്ങളുള്ള ഇതിന്റെ അറ്റം കൂർത്തുമെലിഞ്ഞതും ചെറിയ വാലിൽ അവസാനിക്കുന്നതുമാണ്.

ഇവ നവംബർ മുതൽ ഏപ്രിൽ വരെയുള്ള കാലത്താണ് പൂവിടുന്നത്. 2-2.5 സെ.മീ. വ്യാസം വരുന്ന ഗോളാകാര സ്പൈക്ക് പൂങ്കുലകൾ പത്ര

കക്ഷങ്ങളിലും ശാഖാഗ്രങ്ങളിലുമാണുണ്ടാകുന്നത്. ധാരാളം പൂക്കളുള്ളതും രോമാവൃതവുമായ പൂങ്കുലയുടെ ചുവട്ടിലെ സഹപത്രങ്ങൾക്ക് ഏകദേശം വൃത്താകാരമാണ്. പൂവിലെ സഹപത്രങ്ങൾക്ക് അല്പം കൂടി വലുപ്പം വരും. ഏകദേശം 10 മി.മീ. നീളവും 8 മി.മീ. വീതിയുമുള്ള ഇവയ്ക്ക് പുറമേ 7 മി.മീ. നീളം വരുന്ന നേർത്ത സഹപത്രകങ്ങളും പൂവിലുണ്ടാവും. പൂവിന് 1.8-2 സെന്റീമീറ്റർ നീളമാണുണ്ടാവുക. ദളപുടനാളി ചെറുതും ഇടുങ്ങിയതുമാണ്. ഇത് പെട്ടെന്ന് വികസിച്ച് കപ്പാകൃതിയിലാകുകയും വക്കിൽ 5 ഇതളുകൾ വിടർന്നുനില്ക്കുകയും ചെയ്യും. ഇതളുകൾക്ക് നീലനിറവും നാളിക്ക് വെള്ളനിറവുമായിരിക്കും. പൂവിന്റെ ബാഹ്യഭാഗത്ത് രോമങ്ങൾ കാണുമെങ്കിലും കേസരപുടത്തിൽ കാണാറില്ല.

കമ്പിളിക്കുറിഞ്ഞി

സ്ട്രോബിലാന്തസ് ഓറിറ്റ
(Strobilanthes aurita J R I Wood*)*

പശ്ചിമഘട്ടത്തിൽ കാണപ്പെടുന്ന സ്ഥലങ്ങൾ: കേരളം, കർണാടകം.

ഇന്ത്യയിലും ശ്രീലങ്കയിലും കണ്ടുവരുന്ന ഒരിനം കുറിഞ്ഞിയാണിത്. കേരളത്തിൽ, പാലക്കാട്, വയനാട്, ഇടുക്കി, കണ്ണൂർ ജില്ലകളിലെ 1000 മീറ്റർ വരെ ഉയരമുള്ള നിത്യഹരിത-അർദ്ധനിത്യഹരിതവനങ്ങളിലും ഇലപൊഴിയും കാടുകളിലും ഇവയെ കണ്ടെത്തിയിട്ടുണ്ട്.

ഇത് ശാഖോപശാഖകളായി വളരുന്ന ഒരു ചെറിയ കുറ്റിച്ചെടിയാണ്. 1-2 മീ. ഉയരം വയ്ക്കുന്ന ഇതിന്റെ ശാഖകൾ വളരെ നേർത്തതും ബലം കുറഞ്ഞതുമാണ്. ശാഖകൾ ഉരുണ്ടതാണ്. ഇലകളിലും ശാഖകളിലും രോമങ്ങൾ കാണില്ല. ചെമപ്പ് കലർന്ന പച്ചനിറമുള്ള ഇലകൾക്ക് 10-14 സെന്റീമീറ്റർ നീളവും 2-4 സെന്റീമീറ്റർ വീതിയും വരും. കനം കുറഞ്ഞതും കടലാസു പ്രകൃതമുള്ളതുമായ ഇലപ്പാളിക്ക് നീണ്ട ആയതാകൃതി. ഇതിന്റെ അറ്റം മെലിഞ്ഞ് കൂർത്തിരിക്കും.

ഇവ 5 വർഷത്തെ ഇടവേളകളിലാണ് പൂവിടുന്നത്. സെപ്റ്റംബർ-ഡിസംബർ ആണ് പൂക്കാലം. 1.5-2 സെ.മീ. നീളമുള്ള സ്പൈക്ക് പൂങ്കുലകൾ പത്രകക്ഷങ്ങളിൽ ഒറ്റയ്ക്കോ രണ്ടുമൂന്നെണ്ണമുള്ള കൂട്ടമായോ ഉണ്ടാവും. പൂങ്കുലയിൽ നിറയെ സിൽക്കുരോമങ്ങൾ കാണാം. ഇതിന്റെ ചുവട്ടിലെ സഹപത്രങ്ങൾ പൂവിലെ സഹപത്രങ്ങളെക്കാൾ ചെറുതാണ്. പൂവിലെ നീണ്ട സഹപത്രങ്ങൾക്ക് ശരാശരി 20 മി.മീ. നീളവും 2 മി. മീ. വീതിയും വരും. ഇതേ ആകൃതിയിലുള്ള സഹപത്രകങ്ങളും പൂവിലുണ്ടാവും. പൂങ്കുലയിൽ ഏതാനും പൂക്കളേ ഉണ്ടാകാറുള്ളൂ. പൂവിന് ഇളം നീലനിറമാണ്. 2-2.5 സെന്റീമീറ്റർ നീളം വരും. ദളപുടനാളി താഴെ

ഇടുങ്ങിയും മുകളിൽ വിസ്താരത്തിലുമാണ്. കണ്ഠഭാഗത്ത് രണ്ട് കറ്റ രോമങ്ങൾ കാണാം. കേസരപുടത്തിലും രോമങ്ങൾ കാണും.

കാനറക്കുറിഞ്ഞി

(Kanara Kurinji)

സ്ട്രോബിലാന്തസ് കസ്പിഡേറ്റസ്

(Strobilanthes cuspidatus (Benth.) Anders.

പശ്ചിമഘട്ടത്തിൽ കാണപ്പെടുന്ന സ്ഥലങ്ങൾ: കേരളം, തമിഴ്നാട്, കർണാടകം.

ദക്ഷിണ പശ്ചിമഘട്ടത്തിലെ ദേശജാതിസസ്യം. നീലഗിരിമലകളിലും പരിസരങ്ങളിലുമായി കിഴക്കൻ ചെരിവുകളിലാണ് ഇവയെ കൂടുതലായി കണ്ടിരുന്നത്. സമുദ്രനിരപ്പിൽ നിന്ന് 1000 മീ. വരെ ഉയരമുള്ള മലകളിലെ ചൂട് താരതമ്യേന കൂടുതലുള്ളയിടങ്ങളാണ് ഇവയ്ക്ക് പ്രിയം. കേരളത്തിൽ, പാലക്കാട്, ഇടുക്കി, കണ്ണൂർ ജില്ലകളിൽ കണ്ടെത്തിയിട്ടുണ്ട്. ഇപ്പോളിവ വളരെ അപൂർവ്വമാണെന്ന് വിലയിരുത്തപ്പെടുന്നു.

ഒരു മീറ്റർ വരെ പൊക്കം വയ്ക്കുന്ന കുറ്റിച്ചെടിയാണ് ഇത്. ഇതിന് ഉരുണ്ട ശാഖകളും ചെറിയ വെള്ളരോമങ്ങൾ പൊതിഞ്ഞ ഉപശാഖകളുമുണ്ട്. ഇലകൾക്ക് 12–15 സെന്റീമീറ്റർ നീളവും 4–6 സെന്റീമീറ്റർ വീതിയും വരും. ഇളംപ്രായത്തിലുള്ള ഇലകളുടെ മുകൾ പ്രതലം മിനുസമുള്ളതും രോമരഹിതവുമാണെങ്കിലും അടിവശം തീരെച്ചെറിയ സിൽക്കുരോമങ്ങൾ പൊതിഞ്ഞ് വെള്ളിനിറത്തിലാണ് കാണുന്നത്. മുറ്റുന്നതോടെ രോമങ്ങൾ അപ്രത്യക്ഷമാകും. അണ്ഡാകൃതിയുള്ള ഇലപ്പാളിയുടെ അരികുകൾ അഖണ്ഡമാണ്. അഗ്രം കൂർത്തിരിക്കും. പത്രപാദം ഇടുങ്ങിയതാണ്. ഇലയുടെ അടിയിലാണ് സിരകൾ കൂടുതൽ പ്രകടമായി കാണുന്നത്.

ഇവയുടെ പുഷ്പിക്കൽ ഇടവേള 7 വർഷമെന്നാണ് കണ്ടെത്തിയിട്ടുള്ളത്. ഡിസംബർ–ഫെബ്രുവരിയാണ് പൂക്കാലം. പൂക്കൾ മനോഹരമാണ്. മൂന്നായിപ്പിരിഞ്ഞ പൂങ്കുലത്തണ്ടുകളിൽ ഇടവിട്ടുണ്ടാകുന്ന സ്പൈക്ക് പൂങ്കുലകളിലാണ് പൂക്കളുണ്ടാകുന്നത്. നീലനിറമുള്ള ഏതാനും പൂക്കൾ മാത്രമുല്പാദിപ്പിക്കുന്ന സ്പൈക്കിന് 3–5 സെന്റീമീറ്റർ നീളം വരും. ഓരോ പൂവിനും, 2 സെ.മീ. നീളവും അര സെ.മീ. വീതിയുമുള്ള 2–4 കുന്താകാര സഹപത്രങ്ങൾ കാണും. പൂവായിരിക്കുമ്പോൾ ഇവയിൽ രോമങ്ങൾ കാണാറില്ല. എന്നാൽ, കായായിക്കഴിയുമ്പോൾ ഇവ നിറയെ ഗ്രന്ഥിലോമങ്ങൾ കാണാവുന്നതാണ്. പൂവിന്റെ ബാഹ്യദളപുടം ചെറുതാണ്. 7 മി.മീ. നീളം വരും. ചോർപ്പിന്റെ ആകൃതിയുള്ള ദളപുടത്തിന് 2.5 സെ.മീ. നീളം കാണും.

നാരിലക്കുറിഞ്ഞി
(Veined leaf coneflower)
സ്ട്രോബിലാന്തസ് കൺസാൻഗ്വീനിയസ്
(*Strobilanthes consanguineus* (Nee) Anders)
പശ്ചിമഘട്ടത്തിൽ കാണപ്പെടുന്ന സ്ഥലങ്ങൾ:
കേരളം, തമിഴ്നാട്, കർണാടകം.

ദക്ഷിണ പശ്ചിമഘട്ടത്തിലെ ദേശജാതിയായ ഇതിനെ കേരളത്തിൽ, പാലക്കാട്, വയനാട്, ഇടുക്കി, മലപ്പുറം, തിരുവനന്തപുരം എന്നീ ജില്ലകളിൽ കണ്ടെത്തിയിട്ടുണ്ട്. സമുദ്രനിരപ്പിൽ നിന്ന് 600-1000 മീറ്റർ വരെ ഉയരമുള്ള നിത്യഹരിത വനങ്ങളിലും ആർദ്ര ഇലപൊഴിയും വനങ്ങളിലുമാണ് ഇത് വളരുന്നത്.

ഇത് 1.5-2 മീറ്റർ പൊക്കം വയ്ക്കുന്ന കുറ്റിച്ചെടിയാണ്. നീണ്ട ഞെട്ടുകളുള്ളതും ജോടികളായി സിരകൾ കാണപ്പെടുന്നതുമായ നേർത്ത ഇലകളാണ് ഇതിന്റെ പ്രത്യേകത. നേരിട്ട് ഏറെനേരം വെയിലടിക്കുന്ന ഉയരം കൂടിയ പാറക്കെട്ടുകൾക്കിടയിൽ വളരുന്നവയുടെ ഇലകൾക്ക് കൂടുതൽ കട്ടിയും ദൃഢതയും കാണാറുണ്ട്. 10-17 സെന്റീമീറ്റർ നീളവും 5-10 സെന്റീമീറ്റർ വീതിയും വരുന്ന അണ്ഡാകാരപത്രങ്ങളിൽ പാർശ്വസിരകൾ സമാന്തരമായും വളരെ പ്രകടമായും കാണാം. മുകൾപ്രതലത്തിൽ പതിഞ്ഞിരിക്കുന്നതു പോലെയും അടിയിൽ എഴുന്നിരിക്കുന്നതുപോലെയുമാണ് സിരകൾ കാണുന്നത്. ഇലകളിലും തണ്ടുകളിലും രോമങ്ങൾ കാണില്ല. ഇലകളുടെ അരികുകളിലെ കൂർത്ത പല്ലുകൾ പ്രകടമാണ്. പത്രാഗ്രം കൂർത്തിരിക്കും. ഇലഞെട്ടുകൾക്ക് ശരാശരി 7 സെന്റീമീറ്റർ നീളം വരും.

4 വർഷത്തെ ഇടവേളകളിൽ പൂവിടുന്ന ഇവയുടെ പൂക്കാലം സെപ്റ്റംബർ മുതൽ തുടങ്ങും. മാർച്ച് മാസമാകുമ്പോൾ വിത്തുകളാകും. പൂങ്കുല സ്പൈക്കുകളുടെ പാനിക്കിൾ. സ്പൈക്കുകൾ മെലിഞ്ഞതാണ്. 5-8 സെന്റീമീറ്റർ നീളം വരുന്നതും രോമരഹിതവുമായ ഇവയുടെ പൂന്തണ്ടുകൾ വളരെച്ചെറുതാണ്. പൂക്കൾക്ക് വെള്ളനിറം. പൂവിന്റെ സഹപത്രങ്ങൾ വലുതും രോമാവൃതവുമാണ്. പക്ഷേ, സഹപത്രകങ്ങൾ ചെറുതാണ്.

നേർത്ത ബാഹ്യദളങ്ങളുള്ള പൂവിലെ ദളപുടം കുഴലാകൃതിയിലാണ് കാണുക. 1.5 സെ.മീ. നീളമുള്ള കുഴലിന്റെ മുകൾഭാഗം ഒരു മകുടം പോലെ അല്പം ഉയർന്ന് വളഞ്ഞുനില്ക്കുന്നതിന്റെ അറ്റത്തായി ദ്വിലാബിതമായ ചെറിയ പൂവിതളുകൾ കാണാം. രണ്ട് കേസരങ്ങളാണുണ്ടാവുക. കായ്ക്ക് ഒരു സെന്റീമീറ്ററോളം നീളം വരും. കായ്കളിൽ ഗ്രന്ഥിലോമങ്ങളുണ്ടാവും.

താടിക്കുറിഞ്ഞി

(Bearded coneflower)

സ്ട്രോബിലാന്തസ് ബാർബേറ്റസ്

(Strobilanthes barbatus Nees.*)*

പശ്ചിമഘട്ടത്തിൽ കാണപ്പെടുന്ന സ്ഥലങ്ങൾ:
മഹാരാഷ്ട്ര, ഗോവ, കേരളം, തമിഴ്നാട്, കർണാടകം.

ലോകത്ത് നമ്മുടെ പശ്ചിമഘട്ടത്തിൽ മാത്രം കണ്ടുവരുന്ന ഒരു കുറിഞ്ഞിയാണിത്. കേരളത്തിൽ, പാലക്കാട്, വയനാട്, ഇടുക്കി, കോഴിക്കോട്, മലപ്പുറം, പത്തനംതിട്ട, തിരുവനന്തപുരം എന്നീ ജില്ലകളിലെ 1000–1200 മീറ്റർ ഉയരമുള്ള നിത്യഹരിതവനങ്ങളിലെയും ആർദ്ര ഇലപൊഴിയും വനങ്ങളിലെയും ഉൾഭാഗങ്ങളിലെ അടിക്കാടുകളിൽക്കാണുന്നു.

ഇത് ശാഖോപശാഖകളായി വളരുന്ന വലിയ ഒരു കുറ്റിച്ചെടിയാണ്. 1.5–3 മീറ്ററാണ് സാധാരണ ഉയരം. ചിലയിടങ്ങളിൽ ഒരു ജീവിക്കും കടക്കാൻ പറ്റാത്തത്ര നിബിഡമായി 4 മീറ്റർ വരെ പൊക്കത്തിൽ വളരാറുണ്ട്. ഇതിന്റെ തണ്ടുകളുടെ നാല് വശങ്ങളും ഇലഞെട്ടിന്റെ വശങ്ങളും ചിറകുകൾപോലെ പരന്നിരിക്കും. ചിറകുകളിൽ വെള്ളക്കുത്തുകൾ കാണാറുണ്ട്. ഈ സ്വഭാവം ഇവയെ വേഗത്തിൽ തിരിച്ചറിയാൻ സഹായിക്കും. ഇലകളിലും തണ്ടുകളിലും രോമങ്ങൾ കാണില്ല. ഇലകൾ വലുതും തുകൽപ്രകൃതമുള്ളതുമാണ്. പരസ്പരാഭിമുഖ പത്രജോടികളിലെ ഇലകൾ അസമങ്ങളായിരിക്കും. ഇലഞെട്ടുകൾക്ക് ശരാശരി 5 സെന്റീമീറ്റർ നീളം വരും. ഞെട്ടിന്റെ വശങ്ങൾ ചിറകുകൾ പോലെ വികസിച്ചും ചുവട് വീർത്തും കാണാറുണ്ട്. മിനുങ്ങുന്ന കരിംപച്ച ഇലപ്പാളിക്ക് ശരാശരി 15 സെന്റീമീറ്റർ നീളവും 8 സെന്റീമീറ്റർ വീതിയും വരും. ആയതാകാര കുന്താകാരമുള്ള ഇതിന്റെ അരികുകൾ ദന്തുരമാണ്. ഇലയുടെ അഗ്രങ്ങളിലെ പല്ലുകൾ ഉരുണ്ടതായതിനാൽ, അരിക് തരംഗിതമാണെന്ന് തോന്നും. ഇലയുടെ അറ്റം കൂർത്തിരിക്കും. സിരകൾ തെളിഞ്ഞു കാണാം. ഇലഞെട്ടിലും മധ്യസിരയുടെ അടിവശത്തും പർപ്പിൾ നിറം കാണും.

ഇവ 8 വർഷത്തെ ഇടവേളകളിലാണ് പൂവിടുന്നത്. സെപ്റ്റംബർ–ഡിസംബർ ആണ് പൂക്കാലം. 5 സെ.മീ. നീളം വരുന്ന സ്പൈക്ക് പൂങ്കുലകൾ ഒറ്റയ്ക്കോ 2–4 എണ്ണമുള്ള കൂട്ടമായോ പത്രകക്ഷങ്ങളിലുണ്ടാവും. പൂങ്കുലത്തണ്ട് വളരെച്ചെറുതായിരിക്കും. സിൽക്കുരോമങ്ങൾ പൊതിഞ്ഞ പൂങ്കുലയിൽ ഇടതിങ്ങി പൂക്കളുണ്ടാവും. സഹപത്രങ്ങൾക്ക് 1.8 സെ.മീ. നീളം. ആദ്യം രോമരഹിതമായിരിക്കുന്ന ഇവയിൽ, കായയാകുമ്പോഴേക്കും ഗ്രന്ഥിലോമങ്ങളും വശങ്ങളിൽ ചെറുരോമങ്ങളും രൂപംകൊള്ളും. വെൽവെറ്റ് പോലെ രോമാവൃതമായ സഹപത്രകങ്ങൾക്ക് ശരാശരി 1.5 സെ.മീ. നീളം വരും. ബാഹ്യദളങ്ങൾക്കും സഹപത്രകങ്ങളുടെ ആകൃതിയാണ്. അല്പം ചെറുതായിരിക്കുമെന്നു മാത്രം. ദളങ്ങൾക്ക്

വെള്ളനിറം. 2-2.5 സെന്റീമീറ്റർ നീളം വരും. ദളപുടനാളി കുഴലുപോലെയാണ്. മുകളിൽ മണിയുടെ ആകൃതി. പൂവിനുള്ളിൽ രോമങ്ങളില്ല. എന്നാൽ, വെളിയിൽ ധാരാളം രോമങ്ങളുണ്ടാവും. ദളങ്ങളുടെ അരികുകളിൽ രോമങ്ങൾ കാണും.

വള്ളിക്കുറിഞ്ഞി
(Scandent coneflower)
സ്ട്രോബിലാന്തസ് ഡെക്കറൻസ്
(*Strobilanthes decurrens* Nees.)
പശ്ചിമഘട്ടത്തിൽ കാണപ്പെടുന്ന സ്ഥലങ്ങൾ:
കേരളം, തമിഴ്നാട്, കർണാടകം.

ദക്ഷിണ പശ്ചിമഘട്ടത്തിലെ ആനമലയിലെയും നീലഗിരിമലകളിലെയും ദേശജാതിയായ ഒരിനം കുറിഞ്ഞിയാണിത്. മുമ്പ് കേരളത്തിലും തമിഴ്‌നാട്ടിലും മാത്രം കണ്ടുവന്നിരുന്ന ഇതിപ്പോൾ കർണാടകയിലും ഉള്ളതായി പറയപ്പെടുന്നു. 1000 മീ. വരെ ഉയരമുള്ള മലകളിലെ നിത്യഹരിത വനങ്ങളാണ് ഇവയ്ക്ക് പ്രിയം. കേരളത്തിൽ, പാലക്കാട്, ഇടുക്കി, കണ്ണൂർ, വയനാട്, കൊല്ലം, തിരുവനന്തപുരം ജില്ലകളിൽ കണ്ടെത്തിയിട്ടുണ്ട്. പൊതുവെ വിരളമാണ്.

ഇത് ഒരു ചെറിയ കുറ്റിച്ചെടിയാണ്. അര മീറ്റർ മുതൽ ഒരു മീറ്റർ വരെ ഉയരം വയ്ക്കാറുണ്ട്. ചതുഷ്കോണാകൃതിയുള്ളതും ബലം കുറഞ്ഞതുമായ ശാഖകൾക്ക് മറ്റു സസ്യങ്ങളിൽ താങ്ങി പടർന്ന് വളരാനുള്ള പ്രവണതയുണ്ട്. ശാഖകളും ഇലകളും പൂങ്കുലകളും പൂക്കളിലെ ബാഹ്യദളങ്ങളും ദളങ്ങളും കായ്കളും വിത്തുകളുമെല്ലാം രോമരഹിതമാണ്. ആയതാകൃതിയും ചെറിയ മുനയുമുള്ള ഇലപ്പാളിക്ക് ശരാശരി 16 സെന്റീമീറ്റർ നീളവും 6 സെന്റീമീറ്റർ വീതിയും വരും. മൂത്ത ഇലകൾക്ക് 2.5 സെ.മീറ്ററോളം നീളമുള്ള ഞെട്ട് കാണും. എന്നാൽ, ഇളം പ്രായത്തിലുള്ളവയ്ക്ക് ഞെട്ട് വളരെ ചെറുതായിരിക്കും. ഇലകളുടെ പാദം നീണ്ടുവളർന്ന് കാണ്ഡത്തിനെ ഭാഗികമായി വലയം ചെയ്യുന്ന ഒരു പ്രവണത കാണാറുണ്ട്.

6 വർഷമാണ് ഇവയുടെ പുഷ്പിക്കൽ ഇടവേള. (7 വർഷമാണെന്നും 8 വർഷമാണെന്നും ഭിന്നാഭിപ്രായങ്ങളുണ്ട്) സെപ്റ്റംബർ-ഫെബ്രുവരിയാണ് പൂക്കാലം. വേനൽക്കാലത്ത് കായ്കളാകും. സ്പൈക്ക് പൂങ്കുല പത്രകക്ഷങ്ങളിൽ ഒറ്റയ്ക്കാണുണ്ടാവുന്നത്. മെലിഞ്ഞ സ്പൈക്കിന് 4-8 സെന്റീമീറ്റർ നീളം വരും. പൂക്കൾക്ക് വെള്ളനിറം. പൂവിന് 2 സെ.മീ. നീളവും ഒരു സെ.മീ. വീതിയുമുള്ള അണ്ഡാകാര സഹപത്രങ്ങളും വളരെ

ച്ചെറിയ സഹപത്രകങ്ങളും കാണും. സഹപത്രങ്ങൾ പൂന്തണ്ടിനെ ഭാഗികമായി വലയം ചെയ്തിരിക്കും. ബാഹ്യദളപുടത്തിന് ഒരു സെ.മീ. നീളമാണുണ്ടാവുക. ദളപുടത്തിന് 2 സെ.മീ. നീളം കാണും. ഇതിൽ ഒരു നാളിയും മുകളിൽ വിസ്താരത്തിൽ വിടർന്നുനില്ക്കുന്ന ഇതളുകളും കാണും. കേസരപുടനാളിയിൽ രോമങ്ങളുണ്ടാവും.കായിൽ തിളക്കമുള്ള നാല് പരന്ന വിത്തുകൾ കാണും.

പാലക്കാട്ട് കുറിഞ്ഞി

(Palghat coneflower)

സ്ട്രൊബിലാന്തസ് ഡ്യൂപ്പനി

(Strobilanthes dupenii Bedd.ex. Clarke*)*

പശ്ചിമഘട്ടത്തിൽ കാണപ്പെടുന്ന സ്ഥലങ്ങൾ:
കേരളം, തമിഴ്നാട്.

ദക്ഷിണ പശ്ചിമഘട്ടത്തിലെ ദേശജാതിയായ ഒരിനം കുറിഞ്ഞിയാണിത്. കേരളത്തിലാണ് ഇവയെ കണ്ടെത്തിയിരിക്കുന്നതെങ്കിലും ഇപ്പോൾ തമിഴ്നാട്ടിലുള്ളതായി ചില സൂചനകളുണ്ട്. അത്യപൂർവ്വമായ ഇതിനെ കേരളത്തിൽ ഇടുക്കി, പാലക്കാട് ജില്ലകളിലാണ് തിരിച്ചറിഞ്ഞിരിക്കുന്നത്. നിത്യഹരിത-അർദ്ധനിത്യഹരിത വനങ്ങളിലെ കിഴുക്കാംതൂക്കായ പാറക്കെട്ടുകളിലും ജലപാതങ്ങളുടെയരികുകളിലും ചോലക്കാടുകളുടെ അതിരുകളിലുമൊക്കെയാണ് ഇത് വളരുക. പക്ഷേ, ഇതിനെ കണ്ടെത്തുന്നത് ശ്രമകരമാണ്. കടുത്ത വംനാശഭീഷണി നേരിടുന്നതായി ശാസ്ത്രലോകം മുന്നറിയിപ്പ് നല്കുന്നുണ്ട്. 1884-ൽ ആദ്യം കണ്ടെത്തിയ ഇതിനെ 112 വർഷത്തിനു ശേഷമാണത്രെ പിന്നീട് കണ്ടെത്താനായത്!

മൂന്നു മീറ്റർ വരെ ഉയരം വെയ്ക്കുന്ന ഒരു വലിയ കുറ്റിച്ചെടിയാണിത്. ഒറ്റനോട്ടത്തിൽ സ്ട്രൊബിലാന്തസ് ഡെക്കറൻസ് ആണോയെന്ന് സംശയം തോന്നും. ഇവ തമ്മിലുള്ള പ്രധാന വ്യത്യാസം ഇതിന്റെ ഹൃദയാകൃതിയുള്ളതും രോമാവൃതവുമായ ഇലകളാണ്. ഇതിന്റെ ശാഖകൾ ബലം കുറഞ്ഞവയാണ്. ലഘുവായ ഇലകൾക്ക് നീണ്ട ഞെട്ടുകളായിരിക്കും. മൂത്ത ഇലകളുടെ ഞെട്ടുകൾക്ക് 5 സെന്റീമീറ്റർ മുതൽ 9 സെന്റീമീറ്റർ വരെ നീളം കാണാറുണ്ട്. 10-15 സെന്റീമീറ്റർ നീളവും 5-10 സെന്റീമീറ്റർ വീതിയും വരുന്ന ഇലപ്പാളിക്ക് ഹൃദയാകാരമാണ്. അറ്റം ചെറിയ മുനയിലവസാനിക്കും. അരികുകളിലെ പല്ലുകൾ ഉരുണ്ടവയാണ്. തുകൽപ്രകൃതമുള്ള ഇലകളുടെ ഇരുപ്രതലവും രോമങ്ങൾ പൊതിഞ്ഞ് വെൽവെറ്റ് പോലെയിരിക്കും.സിരകൾ വ്യക്തമായി തെളിഞ്ഞുകാണും.

നാല് വർഷത്തെ ഇടവേളകളിലാണത്രെ ഇവ പൂവിടുന്നത്. ആഗസ്റ്റ് മുതൽ ഒക്ടോബർ വരെയാണ് പൂക്കാലം. പൂക്കൾ ആകർഷകങ്ങളാണ്. 4–6 സെന്റീമീറ്റർ നീളം വരുന്ന വലിയ സ്പൈക്ക് പൂങ്കുലകൾ ശാഖാ ഗ്രങ്ങളിലും പത്രകക്ഷങ്ങളിലുമുണ്ടാവും. പൂങ്കുലത്തണ്ട് ചെറുതാണ്. ഒട്ടുന്ന സ്വഭാവമുള്ള ധാരാളം പത്രസമാന സഹപത്രങ്ങൾ ഇടതിക്കി യടുക്കിയ സ്പൈക്ക് ചെറിയ തോതിൽ രോമാവൃതമായിരിക്കും. ചെമപ്പു നിറം കലർന്ന, ഈ അണ്ഡാകാര സഹപത്രങ്ങൾക്ക് 2–3 സെ.മീ. നീളവും 1.5 സെ.മീ. വീതിയും വരും. എന്നാൽ, സഹപത്രകങ്ങൾ തീരെച്ചെറുതും മെലിഞ്ഞ് കൂർത്തതുമാണ്. അര സെന്റീമീറ്ററിൽത്താഴെയാണ് ഇവയുടെ നീളം. ത്രികോണാകൃതിയുള്ള പൂക്കൾക്ക് പർപ്പിൾ നിറം. ബാഹ്യദള ങ്ങൾ പച്ച. ദളപുടനാളിക്ക് 2–3 സെ.മീ. നീളം കാണും. ഇതിന്റെ അക വശത്ത് സിൽക്കുരോമങ്ങളുണ്ടാവും. വിടർന്നുനില്ക്കുന്ന ഇതളുകൾക്ക് നിറം കൂടുതലായിരിക്കും. ശരാശരി 10 മി.മീ. നീളമുള്ള കായിൽ രോമ ങ്ങൾ പൊതിഞ്ഞ നാല് വിത്തുകൾ കാണും.

തോട്ടുകുറിഞ്ഞി

(Wayti)

സ്ട്രൊബിലാന്തസ് ഇന്റെഗ്രിഫോളിയസ്

(*Strobilanthes integrifolius* (Dalz.) Kuntze)

പശ്ചിമഘട്ടത്തിൽ കാണപ്പെടുന്ന സ്ഥലങ്ങൾ: മഹാരാഷ്ട്ര, ഗോവ, കേരളം, തമിഴ്നാട്, കർണാടകം.

പശ്ചിമഘട്ടത്തിലെ ദേശജാതിയായ ഒരിനം കുറിഞ്ഞിയാണിത്. കേരള ത്തിൽ, കൊല്ലം, തൃശൂർ, കോഴിക്കാട്, കണ്ണൂർ, കാസർഗോഡ് ജില്ലകളിൽ കണ്ടെത്തിയിട്ടുണ്ട്. 1000 മീറ്റർ വരെ ഉയരമുള്ള മലകളിലെ നിത്യഹരിത വനങ്ങളിലാണ് ഇവ വാസമുറപ്പിച്ചിരിക്കുന്നത്.

ധാരാളം ശാഖകളോടെ കുറ്റിച്ചെടി രൂപത്തിൽ പരന്നുവളരുന്ന ഈ ചെടിക്ക് 1–2 മീറ്റർ പൊക്കം വെയ്ക്കും. ഇതിന്റെ പ്രത്യക്ഷ ലക്ഷണം നീണ്ട ആയതാകാര കുന്താകാരമുള്ള, രോമരഹിതമായ വലിയ ഇലകളും രൂക്ഷഗന്ധമുള്ള പൂങ്കുലകളുമാണ്. ശാഖകൾ ഉരുണ്ടതും അരോമിലവു മാണ്. മുകളിൽ കരിംപച്ചനിറവും അടിയിൽ നരച്ച വെള്ളിനിറവുമുള്ള ഇലകൾക്ക് 10–20 സെന്റീമീറ്റർ നീളവും 4–6 സെന്റീമീറ്റർ വീതിയും വരും. ഇലഞെട്ടിനിരുവശവും ചിറകുകൾ പോലെ വികസിച്ചിരിക്കും.

7 വർഷത്തിലൊരിക്കലാണ് ഇവ പൂവിടുക. ഡിസംബർ–മാർച്ച് കാലത്താണ് പൂവിടാറുള്ളത്. രൂക്ഷഗന്ധമുള്ള സ്പൈക്ക് പൂങ്കുലകൾക്ക്

5–12 സെ.മീ. നീളം വരും. ഇവ പത്രകക്ഷങ്ങളിലും ശാഖാഗ്രങ്ങളിലും ഒറ്റയ്ക്കോ കൂട്ടമായോ ഉണ്ടാവും. പൂന്തണ്ടുകളിൽ ഗ്രന്ഥിലോമങ്ങൾ കാണും. പൂക്കൾക്ക് നീല അഥവാ പർപ്പിൾ നിറം. പൂവിന് 1.5 സെ.മീ. നീളമുള്ള അണ്ഡാകാര സഹപത്രങ്ങളും അതിന്റെ പകുതിയോളം മാത്രം വലുപ്പമുള്ള സഹപത്രകങ്ങളും കാണും. രണ്ടിലും ഗ്രന്ഥിലോമങ്ങളുണ്ടാവും. ചോർപ്പിന്റെ ആകൃതിയുള്ള ദളപുടത്തിന് 3–4 സെ.മീ. നീളം വരും. പൂവിനകത്ത് രോമങ്ങൾ കാണാറുണ്ട്. നാളിക്ക് ഒരു സെ.മീറ്ററോളം നീളമേ കാണൂ. മുകളിൽ വിടർന്നുനില്ക്കുന്ന ഇതളുകൾ ഉരുണ്ടതാണ്. ഒരു സെന്റീമീറ്ററിൽത്താഴെ മാത്രം വലുപ്പം വരുന്ന കായിൽ രണ്ട് വിത്തുകളാണ് കാണുക.

ജയ്പൂർ കുറിഞ്ഞി

സ്ട്രോബിലാന്തസ് ജയ്പൂരെൻസിസ്

(*Strobilanthes jeyporensis* Bedd.)

പശ്ചിമഘട്ടത്തിൽ കാണപ്പെടുന്ന സ്ഥലങ്ങൾ:
കേരളം

ലോകത്ത് ഇന്ത്യയിൽ മാത്രം കാണപ്പെടുന്ന ഒരിനം കുറിഞ്ഞിയാണിത്. ഇന്ത്യയുടെ ദേശജാതി കുറിഞ്ഞി. മധ്യപ്രദേശ്, ഒഡീഷ, ആന്ധ്രപ്രദേശ് എന്നിവിടങ്ങളിലും പശ്ചിമഘട്ടത്തിലുമാണ് ഇതിനെ കണ്ടുവരുന്നത്. പശ്ചിമഘട്ടത്തിൽ കേരളത്തിൽ മാത്രമാണ് ഇതുവരെ ഇതിന്റെ സാന്നിദ്ധ്യം തിരിച്ചറിഞ്ഞിട്ടുള്ളത്. ഇടുക്കി, കോട്ടയം ജില്ലകളിൽ ഉള്ളതായി പറയപ്പെടുന്നു. ചോലക്കാടുകളുടെയും പുൽമേടുകളുടെയുമൊക്കെ അതിർത്തികളിലാണ് ഇവ വളരുക.

കടുത്ത വംശനാശഭീഷണി നേരിടുന്നതിന്റെ പേരിൽ ഇതിനെ റെഡ് ലിസ്റ്റിൽ ഉൾപ്പെടുത്തിയിരിക്കുകയാണ്.

1.5–2 മീറ്റർ പൊക്കത്തിൽ വലിയ കുറ്റിച്ചെടിയായി വളരുന്ന ഇതിന്റെ ശാഖകൾ ഉരുണ്ടതും രോമങ്ങളില്ലാത്തതുമാണ്. രണ്ടറ്റവും കൂർത്ത ആയതാകാരമുള്ള ഇലകൾക്ക് 8–12 സെന്റീമീറ്റർ നീളവും 5–7 സെന്റീമീറ്റർ വീതിയും വരും.

ഡിസംബർ-ജനുവരിയാണ് പൂക്കാലം. പൂങ്കുല സ്പൈക്കുകളുടെ പാനിക്കിൾ. ഇവ പത്രകക്ഷങ്ങളിലാണുണ്ടാവുക. സ്പൈക്കുകൾക്ക് 5–10 സെ.മീ. നീളം വരും. പൂക്കൾക്ക് നരച്ച നീലനിറം. സഹപത്രങ്ങളിൽ ഗ്രന്ഥിലോമങ്ങൾ കാണും. സഹപത്രകങ്ങൾ തീരെച്ചെറുതാണ്. ദളപുടത്തിന് 1–2 സെ.മീ. നീളം വരും.

സിസ്പാര കുറിഞ്ഞി

(Lawson's coneflower)

സ്ട്രോബിലാന്തസ് ലാസോണി

(Strobilanthes lawsonii Gamble*)*

പശ്ചിമഘട്ടത്തിൽ കാണപ്പെടുന്ന സ്ഥലങ്ങൾ:
കേരളം, തമിഴ്നാട്, കർണാടകം.

ദക്ഷിണ പശ്ചിമഘട്ടത്തിലെ ദേശജാതിയായ ഒരിനം കുറിഞ്ഞി. കേരളത്തിലും തമിഴ്നാട്ടിലും കർണാടകയിലും ഇവയെ കണ്ടുവരുന്നു. കേരളത്തിൽ, കൊല്ലം, ആലപ്പുഴ, എറണാകുളം, കോഴിക്കോട്, മലപ്പുറം, കാസർഗോഡ് ഒഴികെയുള്ള ജില്ലകളിൽ കണ്ടെത്തിയിട്ടുണ്ട്. 1883ൽ നീലഗിരി മലകളിലെ സിസ്പാര മലകളിൽ നിന്ന് ജയിംസ് സൈക്ക്സ് ഗാംബിളിനോടൊപ്പം ഇതിനെ കണ്ടെത്തിയ എം.എ.ലാസൺ എന്ന വ്യക്തിയുടെ പേരിൽ നിന്നാണ് സ്പീഷീസ്നാമം വന്നിരിക്കുന്നത്. 2000 മീറ്ററിനു മേൽ ഉയരമുള്ള മലകളിലെ ചോലക്കാടുകളാണ് ഇവയുടെ ഇഷ്ട ആവാസ മേഖലകൾ.

ബാഹ്യസ്വഭാവങ്ങളിൽ ഇതിന് സ്ട്രോബിലാന്തസ് ലനേറ്റസുമായി വളരെ സാമ്യമുണ്ട്. സ്ട്രോബിലാന്തസ് ലനേറ്റസിന് കൂടുതൽ തടിച്ചതും സ്വർണ്ണരോമങ്ങൾ കുറേക്കൂടി നിബിഡമായി പൊതിഞ്ഞതുമായ പൂങ്കുലകളാണെന്നതാണ് ഇവയെ തമ്മിൽ തിരിച്ചറിയാൻ സഹായിക്കുന്നത്.

ഇതൊരു ചെറിയ കുറ്റിച്ചെടിയാണ്. ഒരു മീറ്ററോളം പൊക്കത്തിൽ വളരും. തുകൽപ്രകൃതമുള്ള വലിയ ഇലകളാണിതിന്. ഇലഞെട്ടുകൾക്ക് 4–6 സെന്റീമീറ്റർ നീളവും, ഹൃദയാകാരമുള്ള ഇലപ്പാളിക്ക് 12–18 സെന്റീമീറ്റർ നീളവും 5–10 സെന്റീമീറ്റർ വീതിയും വരും. അറ്റത്ത് ചെറിയ മുനയുണ്ടാവും. ഇലകളുടെ മുകൾവശം രോമരഹിതമാണ്. എന്നാൽ, അടിവശം വെള്ളരോമങ്ങൾ പൊതിഞ്ഞ രീതിയിലാണ്. സമാന്തരമായ പാർശ്വസിരകൾ വളരെ പ്രകടമായിക്കാണാം.

മഞ്ഞ് കാലം മുതൽ വേനൽക്കാലം വരെ നീളുന്നതാണ് ഇവയുടെ പൂക്കാലം. സ്പൈക്ക് പൂങ്കുലകൾ ശാഖാഗ്രങ്ങളിലും പത്രകക്ഷങ്ങളിലുമുണ്ടാകാറുണ്ട്. നീളമുണ്ടെങ്കിലും മെലിഞ്ഞതായ പൂങ്കുലകൾക്ക് ചെറിയ തണ്ടുകളാണ് കാണുക. ഒട്ടുന്ന സ്വഭാവമുള്ള ധാരാളം പത്രസമാന സഹപത്രങ്ങൾ ഇടതിക്കിയടുക്കിയ സ്പൈക്ക് ചെറിയ തോതിൽ രോമാവൃതമായിരിക്കും. ചെമപ്പുനിറം കലർന്ന, ഈ അണ്ഡാകാര സഹപത്രങ്ങൾക്ക് 2–3 സെ.മീ. നീളവും 1.5 സെ.മീ. വീതിയും വരും. എന്നാൽ, സഹപത്രകങ്ങൾ തീരെച്ചെറുതും മെലിഞ്ഞ് കൂർത്തതുമാണ്. അര സെന്റീമീറ്ററിൽ താഴെയാണ് ഇവയുടെ നീളം. കുടമണി ആകൃതിയുള്ള പൂക്കൾക്ക് നരച്ച ലാവണ്ടർ നിറമാണ്.നേരിയ മണമുണ്ടാവും. ക്രമേണ വിസ്താരം വയ്ക്കുന്നതും 1.5 സെ.മീ. നീളം വരുന്നതുമായ ദളപുടനാളിയുടെ മുകൾ

ഭാഗത്ത് ഒരേ വലുപ്പവും അണ്ഡാകാരവുമുള്ള 5 ഇതളുകൾ വിടർന്നു നില്ക്കും.രണ്ട് കേസരങ്ങളാണ് കാണുക. 10-12 മി.മീ. നീളമുള്ള കായിൽ അറ്റത്ത് മാത്രം രോമങ്ങളുള്ള, കറുത്തതോ തവിട്ടുനിറമുള്ളതോ ആയ നാല് വിത്തുകൾ കാണും.

പൊന്മുടിക്കുറിഞ്ഞി

സ്ട്രോബിലാന്തസ് പുഷ്പാംഗദാനി

(Strobilanthes pushpangadani ESS Kumar et al.*)*

പശ്ചിമഘട്ടത്തിൽ കാണപ്പെടുന്ന സ്ഥലങ്ങൾ: കേരളം, തമിഴ്നാട്

ദക്ഷിണ പശ്ചിമഘട്ടത്തിലെ ദേശജാതി. തിരുവനന്തപുരം ജില്ലയിലെയും ഇടുക്കി ജില്ലയിലെയും വളരെച്ചെറിയ ആവാസമേഖലകളിൽ വളരുന്ന ഒരിനം കുറിഞ്ഞിയാണിത്. നിത്യഹരിതവനങ്ങളുടെ അതിർത്തികളിലും പുൽമേടുകളിലും പാറക്കെട്ടുകളുള്ള കുന്നുകളിലുമാണ് ഇതിനെ കണ്ടെത്തിയിട്ടുള്ളത്.

ഒറ്റനോട്ടത്തിൽ ഇതിന് സ്ട്രോബിലാന്തസ് ലാസോണിയുമായി വളരെ സാദൃശ്യം തോന്നും. അതിനാൽ മുമ്പ് ഇത് സ്ട്രോബിലാന്തസ് ലാസോണി എന്ന പേരിലാണറിയപ്പെട്ടിരുന്നത്. പിന്നീട്, രണ്ടധരങ്ങളായി വിഭജിച്ച ദളപുടത്തിന്റെ അടിസ്ഥാനത്തിൽ ശാസ്ത്രലോകം ഇതിനെ പുതിയൊരു സ്പീഷീസായി കണക്കാക്കുകയായിരുന്നു.

ഇതിന്റെ സവിശേഷത സ്വർണ്ണനിറമുള്ള സിൽക്കുരോമങ്ങൾ പൊതിഞ്ഞ ഇലകളാണ്. ഇതുമൂലം ഒറ്റനോട്ടത്തിൽ സ്ട്രോബിലാന്തസ് ലനേറ്റസ് ആണോയെന്ന് സംശയം തോന്നും. എന്നാൽ, താരതമ്യേന ചെറുതായ ഇലകളും രണ്ടധരങ്ങളുള്ള ദളപുടവും ഇതിനെ വ്യത്യസ്തമാക്കുന്നു. സ്ട്രോബിലാന്തസ് ലനേറ്റസിന് ഒരേ വലുപ്പമുള്ള അഞ്ച് ഇതളുകളാണ് ദളപുടത്തിലുണ്ടാവുക.

ഇത് 2-4 അടി മാത്രം പൊക്കം വയ്ക്കുന്ന ഒരു ചെറിയ ചെടിയാണ്. ഇതിന് ശാഖകളും ഉപശാഖകളുമുണ്ടാവും. ഇളന്തണ്ടുകളിൽ രോമങ്ങൾ കാണും. തണ്ടുകൾ മുറ്റുമ്പോൾ ഇവ കൊഴിഞ്ഞുപോകും. ഇലഞെട്ടുകൾക്ക് 2 സെന്റീമീറ്റർ വരെ നീളം കാണും. ഇലപ്പാളിക്ക് ആയതാകാരം. അറ്റത്ത് ഒരു ചെറിയ മുന കാണും. 2-8 സെന്റീമീറ്റർ നീളവും നാല് സെന്റീമീറ്റർ വരെ വീതിയും വരുന്ന ഇവയുടെ അടിവശത്ത് മഞ്ഞളിച്ച തവിട്ടുനിറമുള്ള രോമം പൊതിഞ്ഞിരിക്കും. മുകൾവശം മിക്കവാറും രോമരഹിതമാണ്. അടിയിൽ സിരകൾ തെളിഞ്ഞുകാണും.

ആറു വർഷത്തെ ഇടവേളകളിലാണത്രെ ഇവ പൂവിടുന്നത്. ആഗസ്റ്റ് മുതൽ ഡിസംബർ വരെയാണ് പൂക്കാലം. മാർച്ചിൽ കായ്കൾ മൂപ്പെത്തും.

3 സെന്റീമീറ്റർ വരെ നീളവും അര സെന്റീമീറ്ററോളം മാത്രം വീതിയും വരുന്ന സ്പൈക്ക് പൂങ്കുലകൾ ശാഖാഗ്രങ്ങളിലും പത്രകക്ഷങ്ങളിലുമുണ്ടാവും. മഞ്ഞളിച്ച തവിട്ടുനിറമുള്ള രോമങ്ങൾ പൊതിഞ്ഞ ഇവയുടെ തണ്ട് ചെറുതാണ്. സഹപത്രങ്ങൾക്കും സഹപത്രകങ്ങൾക്കും ബാഹ്യദളങ്ങൾക്കും കുന്താകൃതി. സഹപത്രകങ്ങൾ ചെറുതാണ്. സഹപത്രങ്ങൾക്ക് ബാഹ്യദളങ്ങളോളം തന്നെ നീളം കാണും. കുടമണി ആകൃതിയുള്ള പൂക്കൾക്ക് നേർത്ത ലാവണ്ടർ നിറം. പൂവിലെ, ദളപുടം രണ്ടധരങ്ങളായിട്ടാണ് കാണുന്നത്. വിസ്താരത്തിലുള്ള ത്രികോണാകൃതിയുള്ള അഞ്ച് ഇതളുകളിൽ മുകളിലുള്ള രണ്ടെണ്ണം ചേർന്ന് മകുടം പോലെ കാണും. കേസരങ്ങൾ ഇതിനകത്താണ് കാണുക. ഇതളുകളുടെ പുറംഭാഗത്ത് ചെറിയ തവിട്ടുരോമങ്ങൾ പൊതിഞ്ഞിരിക്കും. ജനിപുടത്തിൽ രോമങ്ങൾ കാണില്ല.

കല്ലൻകുറിഞ്ഞി

(Small flowered coneflower)

സ്ട്രോബിലാന്തസ് മൈക്രാന്തസ്
(Strobilanthes micranthus Wight*)*

പശ്ചിമഘട്ടത്തിൽ കാണപ്പെടുന്ന സ്ഥലങ്ങൾ:
കേരളം, തമിഴ്നാട്.

ദക്ഷിണ പശ്ചിമഘട്ടത്തിൽ ആനമലയിലും നീലഗിരിയിലും കണ്ടുവരുന്ന ഈ കുറിഞ്ഞി പശ്ചിമഘട്ടത്തിലെ ദേശജാതിസസ്യമാണ്. കേരളത്തിൽ, തിരുവനന്തപുരം, ഇടുക്കി ജില്ലകളിൽ മാത്രമേ കണ്ടെത്തിയിട്ടുള്ളൂ. 1800–2000 മീറ്റർ ഉയരമുള്ള ചോലക്കാടുകളിലെ അടിക്കാടുകളാണ് ഇവയുടെ ഇഷ്ട ആവാസമേഖലകൾ. ചോലക്കാടുകളുടെ അതിർത്തിയോടടുത്തും അരുവികളുടെ ഓരങ്ങളിലുമാണ് സാധാരണ കാണുക.

ഇതൊരു വലിയ കുറ്റിച്ചെടിയാണ്. തെക്കേയിൻഡ്യയിൽ കണ്ടുവരുന്ന കുറിഞ്ഞികളിൽ ഏറ്റവും വലുപ്പം ഇതിനാണെന്ന് വിലയിരുത്തപ്പെടുന്നു. ചിലപ്പോളിത് 10 മീറ്റർ വരെ ഉയരത്തിൽ ചെറുമരം പോലെ ശാഖോപശാഖകളോടെ വളരാറുണ്ട്. സാധാരണ ഉയരം 1–4 മീറ്ററാണ്. ഇതിന്റെ ശാഖകൾ രോമരഹിതവും ചതുഷ്കോണാകൃതിയുള്ളതുമായിരിക്കും. ഇലഞെട്ടുകൾ നീണ്ടതാണ്. മുകളിൽ രോമങ്ങളില്ലാതെ പരുപരുപ്പോടെയും അടിയിൽ രോമാവൃതമായി മൃദുവായും കാണപ്പെടുന്ന ഇലപ്പാളിക്ക് വിസ്താരമുള്ള അണ്ഡാകാരമാണ്. 15–20 സെ.മീ. നീളവും 6–10 സെ.മീ. വീതിയും വരും. അരികുകൾ ദന്തുരമായ ഇതിന്റെ അറ്റം ചെറിയ വാലു പോലെ കൂർത്തിരിക്കും. ഞെട്ടോടടുത്ത അറ്റവും കൂർത്തതാണ്.

ദീർഘമായ ഇടവേളകളെടുത്ത് പൂവിടുന്ന കുറിഞ്ഞികളിലൊന്നാണിത്. ഇതിന്റെ പുഷ്പിക്കൽ ഇടവേള 10 വർഷമാണെന്നും

15 വർഷമാണെന്നും അഭിപ്രായങ്ങളുണ്ട്. സെപ്റ്റംബർ മുതൽ ഡിസംബർ വരെയുള്ള കാലത്താണ് പൂക്കുക. 5–10 സെന്റീമീറ്റർ നീളം വരുന്ന സ്പൈക്ക് പൂങ്കുലകൾ ഒറ്റയായി പത്രകക്ഷങ്ങളിലുണ്ടാവും. താഴേക്ക് തൂങ്ങി നില്ക്കുന്ന ആയതാകാരപൂങ്കുലകൾ ഇതിനെ തിരിച്ചറിയാൻ സഹായിക്കും. സഹപത്രങ്ങൾക്ക് കുന്താകാരം. ഇവയ്ക്ക് 2.5–3 സെ.മീ. നീളവും 1.5 സെ.മീ. വീതിയും വരും. പൂങ്കുലയുടെ താഴെയുള്ള ഏതാനും സഹപത്രങ്ങൾ പത്രസമാനവും പതുപതുത്തതുമായിരിക്കും. എന്നാൽ, മുകളിലുള്ളവയ്ക്ക് ചർമ്മിലപ്രകൃതമാണ്. സഹപത്രങ്ങളിലും സഹപത്രകങ്ങളിലും രോമങ്ങൾ കാണും. മെലിഞ്ഞ സഹപത്രകങ്ങൾ ബാഹ്യദളക്കപ്പിനെക്കാളും നീണ്ടുനില്ക്കും. പൂക്കൾ ചെറുതാണ്. പൂവിലെ ബാഹ്യദളങ്ങൾക്ക് ദളപുടത്തോളം തന്നെ നീളമുണ്ടാവും. അമ്പലമണിയുടെ ആകൃതിയുള്ള ദളപുടത്തിന് ചെമപ്പ് കലർന്ന തവിട്ടു നിറം. ഇതളുകൾ പിറകിലേക്ക് മടങ്ങിയിരിക്കും. കേസരങ്ങൾ ദളപുടത്തെക്കാൾ ഉയർന്നുനില്ക്കുന്നത് കാണാവുന്നതാണ്.

ദളപുടത്തിന്റെ നിറത്തിൽ ഇതിന് സ്ട്രൊബിലാന്തസ് ലൂറിഡസിനോട് സാമ്യമുണ്ട്. ലൂറിഡസിന്റെ സ്പൈക്ക് നിവർന്നും ഇതിന്റേത് തൂങ്ങിയും കാണുമെന്നതാണ് ഇവ തമ്മിലുള്ള പ്രധാന വ്യത്യാസം.

ഗാമ്പിളിക്കുറിഞ്ഞി

(Gamble's coneflower)

സ്ട്രൊബിലാന്തസ് ഗാംബ്ലി

(Strobilanthes gamblei Carine et al.*)*

പശ്ചിമഘട്ടത്തിൽ കാണപ്പെടുന്ന സ്ഥലങ്ങൾ: കേരളം, തമിഴ്നാട്

ദക്ഷിണ പശ്ചിമഘട്ടത്തിന്റെ പടിഞ്ഞാറൻ ചെരിവുകളിൽ കണ്ടുവരുന്ന ഒരു ദേശജാതി സസ്യം. കേരളത്തിൽ, മലപ്പുറം, പാലക്കാട്, ഇടുക്കി ജില്ലകളിലെ 1200 മീറ്റർ വരെ ഉയരമുള്ള മലകളിലെ വനാതിർത്തികളിലും കുത്തനെയുള്ള പാറക്കെട്ടുകളുള്ളയിടങ്ങളിലും അരുവികളുടെ ഓരങ്ങളിലും വളരുന്നു. ഇതിന് സ്ട്രൊബിലാന്തസ് പുഷ്പാംഗദാനി, സ്ട്രൊബിലാന്തസ് കർണ്ണാട്ടിക്ക എന്നിവയുമായി സാമ്യമുണ്ട്. രോമരഹിതമായ മുകൾപ്പരപ്പും ഇളംമഞ്ഞയോ മഞ്ഞ കലർന്ന തവിട്ടോ നിറത്തിൽ രോമാവൃതമായിക്കാണുന്ന അടിവശവുമുള്ള ഇലകളാണ് ഇതിനെ അവയിൽ നിന്ന് വ്യത്യസ്തമാക്കുന്നത്.

ഇത് ധാരാളം ശാഖകളോടെ, 5–10 അടി ഉയരത്തിൽ വലിയ കുറ്റിച്ചെടിപോലെ വളരുകയാണ് പതിവ്. ഇളംശാഖകളിൽ രോമങ്ങളുണ്ടാവും.

ഇലഞ്ഞെട്ടുകൾ നീണ്ടതാണ്. 3-7 സെ.മീ. നീളം വരും. ഇലപ്പാളിക്ക് അണ്ഡാകാരം മുതൽ ആയതാകാരം വരെ കാണാറുണ്ട്. 8-16 സെ.മീ. നീളവും 3-8 സെ.മീ. വീതിയും വരുന്ന ഇതിന്റെ അരികുകൾ ദന്തുരമല്ല. എന്നാൽ, അറ്റം കൂർത്തതാണ്. അടിവശത്ത് ക്രീം നിറമോ മഞ്ഞ കലർന്ന തവിട്ടുനിറമോ ഉള്ള രോമങ്ങൾ പൊതിഞ്ഞിരിക്കും.

ഇതിന്റെ പുഷ്പിക്കൽ ഇടവേള 7-8 വർഷമാണെന്നാണ് കണ്ടെത്തിയിട്ടുള്ളത്. ഒക്ടോബർ മുതൽ ജനുവരി വരെയാണ് പൂക്കാലം. മാർച്ചിൽ കായ്കൾ മൂക്കും. 4-8 സെന്റീമീറ്റർ നീളം വരുന്ന മെലിഞ്ഞുനീണ്ട സ്പൈക്ക് പൂങ്കുലകൾ പത്രകക്ഷങ്ങളിലും ശാഖാഗ്രങ്ങളിലുമുണ്ടാവും. പൂങ്കുലകളിൽ വെള്ളനിറമുള്ള ഗ്രന്ഥിലോമങ്ങൾ നിബിഡമായി പൊതിഞ്ഞിരിക്കും. പൂവിൽ ഒരു സെന്റീമീറ്ററോളം നീളവും അര സെന്റീമീറ്ററിൽത്താഴെ വീതിയുമുള്ള സഹപത്രങ്ങളും 4-8 മി.മീ. നീളമുള്ള സഹപത്രകങ്ങളും കാണാം. ബാഹ്യദളപുടത്തിന് സഹപത്രങ്ങളുടെ അതേ വലുപ്പം. ഇളംപർപ്പിൾനിറമുള്ള ദ്വിലാബിതമായ ദളപുടത്തിന് 2.5-5 സെ.മീ. നീളം. ഇതിന്റെ, വിസ്താരമുള്ള ത്രികോണാകൃതിയുള്ള അഞ്ചിതളുകളിൽ മുകളിലുള്ള രണ്ടെണ്ണം യോജിച്ച് മകുടംപോലെ ഉയർന്നിരിക്കും. ഇതിനുള്ളിലാണ് കേസരങ്ങൾ കാണുന്നത്. ഇതളുകളുടെ പിറകുഭാഗത്ത് രോമങ്ങൾ കാണും. ജനിപുടത്തിലും രോമങ്ങൾ കാണും. ഒരു സെന്റീമീറ്ററോളം നീളം വരുന്ന കായിൽ രോമങ്ങൾ കാണാറില്ല.

രോമക്കുറിഞ്ഞി

(Hairy coneflower)

സ്ട്രൊബിലാന്തസ് മൈക്രോസ്റ്റാക്കിയ

(*Strobilanthes microstachya* Benth. ex Hohen)

പശ്ചിമഘട്ടത്തിൽ കാണപ്പെടുന്ന സ്ഥലങ്ങൾ:
കേരളം, തമിഴ്നാട്, കർണാടകം.

പശ്ചിമഘട്ടത്തിലെ ദേശജാതി. ആനമലയിലും നീലഗിരിയിലും കാണുന്നു. കേരളത്തിൽ, മലപ്പുറം, പാലക്കാട്, ഇടുക്കി, വയനാട് ജില്ലകളിൽ കണ്ടെത്തിയിട്ടുണ്ട്.താരതമ്യേന ഉയരം കൂടിയ മലകളാണ് ഇവയ്ക്ക് പ്രിയം. 1200 മീറ്ററിനു മേൽ ഉയരമുള്ള നിത്യഹരിതവനങ്ങളിലെ അടിക്കാടുകളിലാണ് ഇവ വളരുക. കണ്ടെത്തിയിട്ടുള്ളയിടങ്ങളിൽ ധാരാളമായിക്കാണുന്നുണ്ട്.

ഇതൊരു ചെറിയ കുറ്റിച്ചെടിയാണ്. പരമാവധി ഒന്നരയടിയോളം ഉയരം വെയ്ക്കും. ശാഖോപശാഖകളുമായി പരന്നുവളരുകയാണ് രീതി. സസ്യഭാഗങ്ങളിലെല്ലാം ധാരാളം നനുത്ത ഗ്രന്ഥിലോമങ്ങളുണ്ടാവും.

ശാഖകൾക്ക് ചതുഷ്കോണാകൃതിയാണ്. ഇലഞെട്ടുകൾക്ക് 4–5 സെന്റീമീറ്റർ നീളവും, മൃദുവായ ഇലപ്പാളിക്ക് 6–8 സെന്റീമീറ്റർ നീളവും 3–4 സെന്റീമീറ്റർ വീതിയും വരും. രണ്ടറ്റവും കൂർത്ത ഇലപ്പാളിക്ക് ആയതാകാരമാണ്. സമാന്തരമായ പാർശ്വസിരകൾ തെളിഞ്ഞുകാണാം. ഇലത്തുമ്പ് ചെറിയ വാലു പോലെ നീണ്ടിരിക്കും. അടിവശത്ത് രോമങ്ങൾ കൂടുതലായിക്കാണും.

എട്ട് വർഷത്തെ ഇടവേളകളിലാണ് ഇവ പൂക്കുക. എന്നാൽ അഞ്ച് വർഷത്തെ ഇടവേള എന്നൊരു അഭിപ്രായവുമുണ്ട്. മഞ്ഞുകാലം മുതൽ വേനൽക്കാലം വരെ നീളുന്നതാണ് ഇതിന്റെ പൂക്കാലം. 2–4 സെ.മീ. നീളമുള്ളതും രോമനിബിഡവുമായ സ്പൈക്ക് പൂങ്കുലകൾ ശാഖാഗ്രങ്ങളിലും പത്രകക്ഷങ്ങളിലുമുണ്ടാകും. ഗ്രന്ഥിലോമങ്ങളുള്ള ധാരാളം പത്രസമാന സഹപത്രങ്ങൾ ഇടതിങ്ങിക്കാണുന്ന സ്പൈക്കുകളുടെ തണ്ടുകൾ തടിച്ച് പരന്നിരിക്കും. അല്പം മലർന്നുനില്ക്കുന്ന ആയതാകാര സഹപത്രങ്ങൾക്ക് 1.5–2 സെ.മീ. നീളവും അര സെ.മീ. വീതിയും വരും. സഹപത്രകങ്ങൾ ചെറുതാണ്. അര സെന്റീമീറ്ററോളം നീളത്തിൽ ക്കാണുന്ന ഇവയിലും രോമങ്ങൾ കാണും. ദളപുടത്തിന്, വളരെ നേരിയ ലാവണ്ടർ നിറമാണെങ്കിലും ഒറ്റനോട്ടത്തിൽ വെള്ളനിറമെന്നുതന്നെ തോന്നും. ഇതിന് കുടമണിയാകൃതിയാണ്. 1.5 സെ.മീ. നീളം കാണും. പുറംഭാഗം രോമിലമാണ്. അകത്ത് കേസരങ്ങൾക്ക് മുകളിലായി രോമക്കറ്റയും കാണുന്നു. തുല്യവലുപ്പമുള്ള 5 ഇതളുകൾ മുകളിൽ വിടർന്നു മലർന്ന് നില്ക്കും.1.5 സെ.മീ. നീളമുള്ള കായുടെ പുറം നിറയെ ഗ്രന്ഥിലോമങ്ങളുണ്ടാവും. ഓരോ കായിലും മിനുസമുള്ള നാലു വിത്തുകൾ.

നീലഗിരിക്കുറിഞ്ഞി

(Nilgiri coneflower)

സ്ട്രൊബിലാന്തസ് നീൽഗിരെൻസിസ്

(Strobilanthes neilgherrensis Bedd.*)*

പശ്ചിമഘട്ടത്തിൽ കാണപ്പെടുന്ന സ്ഥലങ്ങൾ:
കേരളം, തമിഴ്നാട്, കർണാടകം.

ദക്ഷിണ പശ്ചിമഘട്ടത്തിലെ ദേശജാതി സസ്യം. കേരളത്തിൽ, കണ്ണൂർ, വയനാട്, പാലക്കാട്, ഇടുക്കി, തിരുവനന്തപുരം ജില്ലകളിലെ നിത്യഹരിത വനങ്ങളിൽ അരുവികളുടെ ഓരം പറ്റിയാണിത് വളരുന്നത്.

5–8 അടി ഉയരത്തിൽ വലിയ കുറ്റിച്ചെടി പോലെ വളരുന്ന ഇതിന് ധാരാളം ശാഖോപശാഖകൾ കാണും. സസ്യഭാഗങ്ങളിലെല്ലാം ഇടതിങ്ങി

ഗ്രന്ഥിലോമങ്ങൾ കാണുമെന്നതാണ് ഇതിന്റെ സവിശേഷത. ഇലഞ്ഞെട്ടിന് 3-4 സെ.മീ. നീളം വരും. ഇലപ്പാളിക്ക് അണ്ഡാകാരം. 8-10 സെ.മീ. നീളവും 4-7 സെ.മീ. വീതിയും വരും. അറ്റത്ത് ചെറിയ മുനയുണ്ട്. അരികുകളിലെ പല്ലുകൾ തീരെച്ചെറുതാണ്. സിരകൾ മുകളിൽ പതിഞ്ഞും അടിയിൽ എഴുന്നും വ്യക്തമായിക്കാണാം. അടിവശത്തിന് നരച്ച് ക്രീം നിറമായിരിക്കും.

ഇത് ഏഴ് വർഷത്തെ ഇടവേളകളിലാണ് പൂക്കുന്നത്. മേയ് -നവംബർ കാലത്താണ് പൂവിടുക. മാർച്ചിൽ കായ്കൾ മൂക്കും. 2-3 സെന്റീമീറ്റർ നീളം വരുന്ന സ്പൈക്ക് ശാഖാഗ്രങ്ങളിലും ശാഖാഗ്രങ്ങളിലെ പത്രകക്ഷങ്ങളിലുമുണ്ടാവും. പൂങ്കുലകളിൽ വെള്ളനിറമുള്ള ഗ്രന്ഥിലോമങ്ങൾ ധാരാളമായിക്കാണാം. പൂവിലെ സഹപത്രങ്ങൾ ആയതാകൃതിയുള്ളതും 2 സെ.മീ. വരെ നീളമുള്ളതുമാണ്. മെലിഞ്ഞ സഹപത്രകങ്ങൾക്ക് ഒന്നേകാൽ സെന്റീമീറ്ററോളം നീളം വരും. ദളപുടത്തിന് നരച്ച വയലറ്റ് അഥവാ അരണ്ട നീലനിറം. 2.5-3 സെ.മീ. നീളം വരും. കുടത്തിന്റെ ആകൃതിയുള്ള നാളിയുടെ മുകളിൽ തുല്യവലുപ്പവും ഉരുണ്ട അരികുകളുമുള്ള അഞ്ചിതളുകൾ വിടർന്ന് അല്പം പിറകിലേക്ക് മലർന്നുനില്ക്കും. ആയതാകൃതിയുള്ള കായയ്ക്ക് ഒരു സെന്റീമീറ്ററോളം നീളം വരും. നാല് വിത്തുകൾ.

നാറ്റക്കുറിഞ്ഞി

(Wadi Strobilanthes/Wadi Karvi)

സ്ട്രൊബിലാന്തസ് നിയോആസ്പെർ

(*Strobilanthes neoasper* Venu & Daniel.)

പശ്ചിമഘട്ടത്തിൽ കാണപ്പെടുന്ന സ്ഥലങ്ങൾ: മഹാരാഷ്ട്ര, കേരളം, തമിഴ്നാട്, കർണാടകം.

ദക്ഷിണപശ്ചിമഘട്ടത്തിലെ ദേശജാതി. കേരളത്തിൽ, മലപ്പുറം, പാലക്കാട്, ഇടുക്കി, തൃശൂർ, കൊല്ലം, പത്തനംതിട്ട, തിരുവനന്തപുരം എന്നീ ജില്ലകളിൽ കണ്ടെത്തിയിട്ടുണ്ട്. 1500 മീ. മുതൽ 2500 മീറ്റർ വരെ ഉയരമുള്ള മലകളിലാണ് ഇവ താവളമുറപ്പിച്ചിരിക്കുന്നത്. ചോലക്കാടുകളുടെ അരികിലാണ് ഇവയെ കാണാനാവുക.

ഇത് നിവർന്നുവളരുന്നതും ദൃഢമായ തണ്ടുകളോടു കൂടിയതുമായ ഒരു കുറ്റിച്ചെടിയാണ്. 5-10 അടി ഉയരം വയ്ക്കും. തണ്ടുകൾ ചതുരാകൃതിയിലുള്ളതാണ്. ഇളന്തണ്ടുകളിൽ ചെറുരോമങ്ങൾ കാണാറുണ്ട്. മൂത്ത തണ്ടുകൾ രോമരഹിതം. ഇലഞ്ഞെട്ടുകൾക്ക് 4-5 സെന്റീമീറ്റർ നീളവും,

ലോലമായ ഇലപ്പാളിക്ക് 10-15 സെന്റീമീറ്റർ നീളവും അതിന്റെ പകുതി യോളം വീതിയും വരും. മിക്കവാറും ആയതാകാരമാണ്. പ്രതലത്തിൽ രോമങ്ങൾ കാണാറില്ല. ഇലത്തുമ്പ് വാലു പോലെ നീണ്ടിരിക്കും. അരികു കളിൽ ഒരേ വലുപ്പമുള്ള പല്ലുകളുണ്ട്. രോമങ്ങളും കാണാം. സമാന്തര മായ പാർശ്വസിരകൾ മുകളിൽ പതിഞ്ഞും അടിയിൽ തെളിഞ്ഞും കാണും.

4 വർഷത്തെ ഇടവേളകളിലാണ് പൂവിടൽ. പൂക്കാലം മഞ്ഞുകാലം മുതൽ വേനൽക്കാലം വരെ നീണ്ടു നില്ക്കും. ശാഖാഗ്രങ്ങളിലും പത്ര കക്ഷങ്ങളിലുമായി ഉണ്ടാകുന്ന പൂങ്കുലകളിലും അനുബന്ധഭാഗങ്ങളിലും ഒട്ടുന്ന സ്വഭാവമുള്ള ധാരാളം ഗ്രന്ഥിലോമങ്ങൾ കാണുമെന്നത് ഇതിന്റെ പ്രത്യേകതയാണ്. സുഖകരമല്ലാത്ത ഗന്ധവും ഇതിനെ തിരിച്ചറിയാൻ സഹായിക്കുന്നു. 3-5 സെ.മീ. നീളം വരുന്ന ഇടതിങ്ങിയ സ്പൈക്കിന്റെ തണ്ട് നിറയെ ഗ്രന്ഥിലോമങ്ങളുണ്ടാവും. സഹപത്രങ്ങൾക്ക് 1-1.5 സെ.മീ. നീളം. മുനയുള്ള ആയതാകൃതി. ശരാശരി ഒരു സെ.മീ. നീളമുള്ള മെലിഞ്ഞ സഹപത്രകങ്ങൾക്ക് കുന്താകൃതി. ദളപുടത്തിന് ഇളം പർ പ്പിൾ നിറം. ത്രികോണാകൃതിയുള്ള ദളപുടനാളിക്ക് 1.5 സെ.മീ. നീളം വരും. അരികുകൾ ചുളുങ്ങിയിരിക്കുന്നതും തുല്യവലുപ്പമുള്ളതുമായ അഞ്ച് ത്രികോണാകാര ഇതളുകൾ ഇതിനു മുകളിൽ വിടർന്നുമലർന്ന് നില്ക്കും. ഇതളുകളിൽ ഇരുണ്ട പർപ്പിൾനിറമുള്ള ഏതാനും വരകൾ കാണാവുന്നതാണ്.

ഇരട്ടക്കുറിഞ്ഞി 1

സ്ട്രോബിലാന്തസ് ന്യൂയി
(Strobilanthes newii Bedd.*)*

പശ്ചിമഘട്ടത്തിൽ കാണപ്പെടുന്ന സ്ഥലങ്ങൾ:
കർണാടകം.

പശ്ചിമഘട്ടത്തിലെ ദേശജാതിയായ ഒരിനം കുറിഞ്ഞിയാണിത്. പശ്ചിമ ഘട്ടത്തിൽ കർണാടകയിൽ മാത്രമാണ് ഇതിനെ തിരിച്ചറിഞ്ഞിരിക്കുന്നത്. എന്നാൽ കേരളത്തിൽ, കോഴിക്കോട്, പാലക്കാട് ജില്ലകളിൽ ഉള്ളതായി ഇപ്പോൾ പറയപ്പെടുന്നുണ്ട്.

ഇത് ചതുഷ്കോണാകൃതിയിലുള്ള തണ്ടുകളുള്ള ഒരു ചെറിയ കുറ്റി ച്ചെടിയാണ്. 0.5-1.5 മീറ്റർ പൊക്കം വയ്ക്കും. ധാരാളം ശാഖകൾ കാണും. ഇളന്തണ്ടുകളിൽ ഗ്രന്ഥിലോമങ്ങൾ കാണുമെങ്കിലും മൂത്ത തണ്ടുകളിൽ രോമങ്ങൾ കാണാറില്ല. ഇലകൾക്ക് 4-15 സെന്റീമീറ്റർ നീളവും 2-5 സെന്റീ മീറ്റർ വീതിയും വരും. പരസ്പരാഭിമുഖമായി വിന്യസിച്ചിരിക്കുന്ന പത്ര

ജോടികളിലെ ഇലകൾക്ക് വലുപ്പവ്യത്യാസം കാണാറുണ്ട്. പത്രപാളിക്ക് ഹൃദയാകാരമാണ്. അറ്റം കൂർത്തും അരികുകൾ ദന്തുരമായും കാണും. മുകൾപ്രതലത്തിൽ മുള്ളുകൾ പോലെ ദൃഢമായ ഭാഗങ്ങളും അടി വശത്ത് മൃദുരോമങ്ങളും കാണുന്നു. താഴെയുള്ള ഇലകൾക്ക് 0.5–1 സെ.മീ. നീളം വരുന്ന ഞെട്ടുകൾ കാണാറുണ്ട്. എന്നാൽ, മുകളിലെ ഇലകൾ ഞെട്ടുകളില്ലാതെയാണ് കാണുന്നത്.

ഇതിന്റെ പൂവിടൽ സെപ്റ്റംബർ മുതൽ ഡിസംബർ വരെയാണ്. എന്നാൽ മഞ്ഞുകാലത്ത് തുടങ്ങി വേനൽക്കാലം വരെ നീളുന്നതാണ് പൂക്കാലമെന്നും അഭിപ്രായമുണ്ട്. പത്രകക്ഷങ്ങളിലും ശാഖാഗ്രങ്ങളിലുമായുണ്ടാകുന്ന സ്പൈക്കുകളുടെ പാനിക്കിൾ പൂങ്കുല രോമാവൃതമാണ്. 20–25 സെ.മീ. നീളം വരുന്ന പാനിക്കിളിലെ സ്പൈക്കുകൾക്ക് 5 സെ.മീ. വരെ നീളം കാണും. ഓരോ സ്പൈക്കിലും 2 മുതൽ 6 വരെ പൂക്കളുണ്ടാകും. പൂക്കൾ ജോടികളായിട്ടാണ് കാണുന്നത്.ഇരട്ടക്കുറിഞ്ഞിയെന്ന പേര് ഇതുമൂലമാണ് ഇതിനുണ്ടായതെന്ന് കരുതുന്നു. പൂവിലെ സഹപത്രങ്ങളും സഹപത്രകങ്ങളും വ്യത്യസ്ത ചെടികളിൽ വ്യത്യസ്ത സ്വഭാവങ്ങൾ കാണിക്കും. ബാഹ്യദളപുടത്തിന് 1–2 സെ.മീ. നീളം വരും. ചിരസ്ഥായിയാണിത്. ദളപുടത്തിന് 3–4 സെ.മീ. നീളം വരും. പർപ്പിൾ നിറമുള്ള ഇതിൽ ത്രികോണാകൃതിയുള്ളതും കണ്ഠഭാഗത്ത് അല്പം വളവുള്ളതുമായ ഒരു നാളിയും വിടർന്ന അഞ്ച് വൃത്താകാര ഇതളുകളും കാണാം.

ഇരട്ടക്കുറിഞ്ഞി 2

സ്ട്രോബിലാന്തസ് റൂബിക്കണ്ട

(Strobilanthes rubicunda (Nees.) Anders.*)*

പശ്ചിമഘട്ടത്തിൽ കാണപ്പെടുന്ന സ്ഥലങ്ങൾ: കർണാടകം, തമിഴ്നാട്, കേരളം.

ദക്ഷിണ പശ്ചിമഘട്ടത്തിലെ ദേശജാതി. കേരളത്തിൽ, ഇടുക്കി, വയനാട്, പാലക്കാട്, തിരുവനന്തപുരം ജില്ലകളിൽ കണ്ടെത്തിയിട്ടുണ്ട്. 1000–1700 മീ. ഉയരമുള്ള നിത്യഹരിത വനങ്ങളിലെയും അർദ്ധനിത്യ ഹരിതവനങ്ങളിലെയും അടിക്കാടുകളിലാ ണിവ വളരുക.അരുവികളുടെ തീരങ്ങളോട് ഇവയ്ക്ക് പ്രത്യേക പ്രിയം കാണാറുണ്ട്.

ഇത് മെലിഞ്ഞ തണ്ടുകളുള്ള ഒരു ചെറിയ കുറ്റിച്ചെടിയാണ്. 1–1.5 മീറ്റർ പൊക്കം വയ്ക്കും. തണ്ടുകളിലോ ഇലകളിലോ രോമങ്ങൾ കാണില്ല. പത്രജോടിയിലെ ഇലകൾ അസമങ്ങളായിരിക്കും. ഇലഞെട്ടിന് 1–2 സെ.മീ. നീളം. പത്രപാളിക്ക് ആയതാകാരം. അറ്റം നേർത്ത് ചെറിയ

വാലുപോലെ നീണ്ടുകാണും. 5-20 സെന്റീമീറ്റർ നീളവും 1-8 സെന്റീമീറ്റർ വീതിയും വരുന്ന പത്രപാളിയുടെ അടിവശത്തിന് നരച്ച നിറമായിരിക്കും.

8 വർഷത്തെ ഇടവേളകളിലാണ് ഇവ പൂവിടുന്നത്. സെപ്റ്റംബർ മുതൽ ഡിസംബർ വരെയാണ് ഇതിന്റെ പൂവിടൽ. എന്നാൽ ഒക്ടോബർ മുതൽ ജൂൺ വരെയാണ് എന്നൊരു അഭിപ്രായവുമുണ്ട്. പൂങ്കുല 15-30 സെ.മീ. നീളം വരുന്ന വലിയ പാനിക്കിൾ. മറ്റു കുറിഞ്ഞിയിനങ്ങളെപ്പോലെ സ്പൈക്ക് പൂങ്കുലയിലല്ല പൂക്കളുണ്ടാകുന്നത് എന്നത് ഇതിനെ തിരിച്ചറിയാൻ സഹായിക്കുന്ന പ്രത്യേകതയാണ്. പൂങ്കുലയിലും അനുബന്ധഭാഗങ്ങളിലും ഗ്രന്ഥിലോമങ്ങളുണ്ടാവും. പൂങ്കുലയുടെ അടിയിലുള്ള സഹപത്രങ്ങൾ വലുതാണ്. ഇവയ്ക്ക് 2.5 സെ.മീ. വരെ നീളം കാണും. പൂക്കൾ ജോടികളായിട്ടാണ് കാണുന്നത്. പൂവിലെ സഹപത്രങ്ങൾക്ക് 5 മില്ലീമീറ്ററോളം നീളമേ വരൂ. സഹപത്രകങ്ങൾ ഇല്ല. ബാഹ്യദളങ്ങൾ 5. 2-5 മി.മീ. നീളം. ഇടുങ്ങിയ മണിയാകൃതിയുള്ള ദളപുടത്തിന് പർപ്പിൾ നിറം. ദളപുടനാളിക്ക് 2-2.5 സെ.മീ. നീളം വരും. ഇതിനു മുകളിൽ 5 വൃത്താകാര ഇതളുകൾ വിടർന്നുനില്ക്കുന്നത് കാണാം.

മുളക് കുറിഞ്ഞി

സ്ട്രോബിലാന്തസ് ട്രിസ്റ്റിസ്

(Strobilanthes tristis (Wight.) Anders.*)*

പശ്ചിമഘട്ടത്തിൽ കാണപ്പെടുന്ന സ്ഥലങ്ങൾ: കർണാടകം, തമിഴ്നാട്, കേരളം.

ദക്ഷിണ പശ്ചിമഘട്ടത്തിലെ ദേശജാതി. കേരളത്തിൽ, ഇടുക്കി, വയനാട്, പാലക്കാട്, കോഴിക്കോട്, കണ്ണൂർ, കോട്ടയം, പത്തനംതിട്ട, കൊല്ലം ജില്ലകളിൽ കണ്ടുവരുന്നു. 1000-1750 മീ. ഉയരമുള്ള നിത്യഹരിത വനങ്ങളുടെ അടിക്കാടുകളിലാണിവയെ കണ്ടെത്തിയിട്ടുള്ളത്.

1-2 മീറ്റർ പൊക്കം വയ്ക്കുന്ന ഒരു ചെറിയ കുറ്റിച്ചെടിയാണിത്. നിവർന്നു വളരുന്നവയും മറ്റു സസ്യങ്ങളുടെ മേൽ ചാഞ്ഞുവളരുന്നവയും ഇവയുടെയിടയിലുണ്ട്. തണ്ടുകളിലോ ഇലകളിലോ രോമങ്ങൾ കാണില്ല. ഇലഞെട്ടിന് 5-8 സെ.മീ. നീളം വരും. പത്രപാളിക്ക് ആയതാകാരം. 15-20 സെന്റീമീറ്റർ നീളവും 5-10 സെന്റീമീറ്റർ വീതിയും വരുന്ന ഇതിന്റെ രണ്ടറ്റവും കൂർത്തതാണ്. സ്വതന്ത്രമായ അറ്റം നേർത്ത് ചെറിയ വാലുപോലെ നീണ്ടിരിക്കും.അടിവശത്ത് വെള്ളിനിറം കലർന്നിരിക്കും.

9 വർഷത്തെ ഇടവേളകളിലാണ് ഇവ പൂവിടുന്നത്. ഡിസംബർ മുതൽ മാർച്ച്വരെയാണ് പൂവിടൽ. പൂങ്കുല 3-4 സെ.മീ. നീളം വരുന്ന സ്പൈക്ക്. ഇവ പത്രകക്ഷങ്ങളിൽ കൂട്ടമായുണ്ടാവും. സ്പൈക്കിന് കുന്താകൃതിയാണ്. ഇതിൽ ഒന്നുരണ്ട് പൂക്കളേയുണ്ടാവൂ. പൂക്കൾക്ക് വെള്ളനിറം. ഇവ താഴേക്ക് കുനിഞ്ഞുനില്ക്കുമെന്നത് സവിശേഷതയാണ്. പൂവിലെ, കുന്താകൃതിയുള്ള സഹപത്രങ്ങൾക്ക് 2-2.5 സെ.മീ. നീളവും അര സെ.മീ. വീതിയും വരും. ബാഹ്യദളങ്ങൾക്ക് 1.5-2 സെ.മീ. നീളം. ചിരസ്ഥായിയായ ഇവയിൽ ഗ്രന്ഥിലോമങ്ങളുണ്ടാവും. ചോർപ്പിന്റെ ആകൃതിയുള്ള ദളപുടത്തിന് 2.5-3 സെ.മീ. നീളം വരും. ഇതിലെ വിടർന്നു നില്ക്കുന്ന ഇതളുകളുടെ അരികുകൾ ചുളുങ്ങിയതു പോലെയിരിക്കും. കായ്ക്ക് 10 മി.മീ. നീളവും 3 മി.മീ. വീതിയും വരും. ഇതിന് മുളകിന്റെ ആകൃതിയായതിനാലാണ് മുളക് കുറിഞ്ഞിയെന്ന് ഈ സസ്യത്തെ വിളിക്കുന്നത്.

ബാഹ്യദളപുടത്തിലൊഴികെ മറ്റൊരു ഭാഗത്തും രോമങ്ങൾ കാണുകയില്ലെന്നതാണ് ഈ ചെടിയുടെ സവിശേഷത.

ചോറ്റുകുറിഞ്ഞി

സ്ട്രൊബിലാന്തസ് വീരേന്ദ്രകുമാരാന

(Strobilanthes virendrakumarana Venu & Daniel.*)*

പശ്ചിമഘട്ടത്തിൽ കാണപ്പെടുന്ന സ്ഥലങ്ങൾ:
കേരളം മാത്രം

കേരളത്തിലെ ദേശജാതിയായ ഒരിനമാണിത്. കണ്ണൂർ, വയനാട്, ഇടുക്കി, തൃശൂർ, കൊല്ലം തുടങ്ങിയ ജില്ലകളിൽ കാണുന്നുണ്ട്. 1000 മീറ്റർ വരെ ഉയരമുള്ള നിത്യഹരിതവനങ്ങളിലും അർദ്ധനിത്യഹരിതവനങ്ങളിലും ഇവയെ കണ്ടെത്തിയിട്ടുണ്ട്.

ശാഖോപശാഖകളായി 1-2 മീറ്റർ പൊക്കത്തിൽ കുറ്റിച്ചെടിയായി വളരുന്ന ഒരു ചെടിയാണിത്. ഇതിന് ഉരുണ്ട തണ്ടുകളാണ്. തണ്ടുകളിൽ ചിലപ്പോൾ, വയലറ്റുനിറം കലർന്ന് കാണാറുണ്ട്. ഇളന്തണ്ടുകളിൽ ചെറു രോമങ്ങൾ കാണും. എന്നാൽ, മൂത്ത തണ്ടുകൾ രോമങ്ങളില്ലാതെയാണ് കാണുന്നത്. ഇലഞെട്ടിന് 3-4 സെ.മീ. നീളം വരും. പത്രജോടികളിലെ ഇലകൾക്ക് വ്യത്യസ്ത വലുപ്പമായിരിക്കും. വീതി കുറഞ്ഞ ആയതാകൃതിയുള്ള ഇലപ്പാളിക്ക് 8-10 സെന്റീമീറ്റർ നീളവും 3-3.5 സെന്റീമീറ്റർ വീതിയും വരും. ഇതിന്റെ അറ്റം കൂർത്തതാണ്. അരികുകളിലെ

പല്ലുകൾ പ്രകടമല്ല. മൃദുത്വമുള്ള ഉപരിപ്രതലത്തിന് ഇരുണ്ട പച്ചനിറം. അടിവശത്തിന് നരച്ചനിറം. ഇവിടെ ചെമപ്പുനിറത്തിലുള്ള ഗ്രന്ഥി ലോമങ്ങൾ കാണുമെന്നത് ഈ സസ്യത്തെ തിരിച്ചറിയാൻ സഹായിക്കുന്നു.

9–10 വർഷത്തെ ഇടവേളകളിലാണ് ഇവ പൂവിടുന്നത്. ഒക്ടോബറിൽ ആരംഭിക്കുന്ന പൂക്കാലം മാർച്ച് വരെ തുടരും. പത്രകക്ഷങ്ങളിലുണ്ടാകുന്ന മൂന്നായിപ്പിരിഞ്ഞ മെലിഞ്ഞ പൂങ്കുലത്തണ്ടുകളുടെ അറ്റത്തായിക്കാണുന്ന സ്പൈക്കുകൾക്ക് 3–8 സെ.മീ. നീളം വരും. രണ്ട് സഹപത്രങ്ങളാൽ സംരക്ഷിക്കപ്പെട്ട ഇത് രോമാവൃതമായിരിക്കും. വ്യത്യസ്ത വലുപ്പവും അണ്ഡാകൃതിയുമുള്ള അനേകം സഹപത്രങ്ങൾ നാലു വരിയായി അടുക്കിയ രീതിയിലാണ് സ്പൈക്ക് കാണപ്പെടുക. സഹപത്രങ്ങളുടെ അരികുകളിൽ മൃദുരോമങ്ങളുണ്ടാവും. മുകളിൽ കടുംപച്ച നിറവും അടിയിൽ നരച്ച പച്ചനിറവുമുള്ള ഇവയുടെ പരമാവധി നീളം 6 മി.മീറ്ററാണ്. ഏകദേശം ഇതേ സ്വഭാവങ്ങളുള്ള സഹപത്രകങ്ങൾക്ക് ബാഹ്യദളങ്ങളെക്കാൾ അല്പം കൂടി നീളം വരും. പൂക്കൾ ചെറുതാണ്. വെള്ളനിറമുള്ള ഇവയ്ക്ക് മണിയാകൃതി. ശരാശരി ഒരു സെ.മീ. നീളവും ത്രികോണാകൃതിയുമുള്ള ദളപുടനാളിയുടെ മുകളിൽ, ചുളുങ്ങിയ അരികുകളുള്ള അഞ്ച് അണ്ഡാകാര ഇതളുകൾ വിടർന്നുനില്ക്കും. പൂമൊട്ടുകളിലും ദളങ്ങളുടെ പിറകുവശത്തും നനുത്ത രോമങ്ങൾ കാണും. ഗ്രന്ഥി ലോമങ്ങൾ പൊതിഞ്ഞ കായയ്ക്ക് 1–1.5 സെ.മീ. നീളം വരും.

അനുബന്ധം 1
ഗ്രന്ഥസൂചി

കേരളത്തിലെ ചെറുസസ്യങ്ങൾ, ഡോ.ടി.ആർ.ജയകുമാരി & ആർ.വിനോദ്കുമാർ
Strobilanthes in Peninsular India, Botanical Survey of India.
Flowering plants of Kerala by N.Sasidharan, Kerala Forest Research Institute, Trissur.
Various scientific reports
Various websites

അനുബന്ധം 2

പശ്ചിമഘട്ടത്തിൽ കാണപ്പെടുന്ന കുറിഞ്ഞികളുടെ ശാസ്ത്രനാമങ്ങൾ. ഇതിൽ ഏതാനുമെണ്ണം സബ്സ്പീഷീസുകളാണ്.

1. *Strobilanthes kunthianus*
2. *Strobilanthes gracilis*
3. *Strobilanthes pulneyensis*
4. *Strobilanthes wightianus*
5. *Strobilanthes ciliatus*
6. *Strobilanthes luridus*
7. *Strobilanthes lupulinus*
8. *Strobilanthes lanatus*
9. *Strobilanthes hamiltoniana*
10. *Strobilanthes urceolaris*
11. *Strobilanthes homotropus*
12. *Strobilanthes sessilis*
13. *Strobilanthes sessilis*
14. *Strobilanthes sessilis*
15. *Niligirianthes heyneanus*
16. *Strobilanthes heyneanus*
17. *Strobilanthes foliosus*
18. *Strobilanthes perrottetianus*
19. *Strobilanthes andersonii*
20. *Strobilanthes amabilis*
21. *Strobilanthes zenkerianus*
22. *Strobilanthes jeyporensis*
23. *Strobilanthes lawsonii*
24. *Strobilanthes pushpangadani*
25. *Strobilanthes micranthus*

26. *Strobilanthes gamblei*
27. *Strobilanthes microstachya*
28. *Strobilanthes neilgherrensis*
29. *Strobilanthes neoasper*
30. *Strobilanthes anamallaica*
31. *Strobilanthes anceps*
32. *Strobilanthes aurita*
33. *Strobilanthes cuspidatus*
34. *Strobilanthes consanguineus*
35. *Strobilanthes barbatus*
36. *Strobilanthes decurrens*
37. *Strobilanthes dupenii*
38. *Strobilanthes integrifolius*
39. *Strobilanthes warreensis*
40. *Strobilanthes newii*
41. *Strobilanthes rubicunda*
42. *Strobilanthes tristis*
43. *Strobilanthes virendrakumarana*
44. *Strobilanthes barbatus* var. bonaccordensis
45. *Strobilanthes bolampattianus*
46. *Strobilanthes callosus*
47. *Strobilanthes campanulatus*
48. *Strobilanthes canaricus*
49. *Strobilanthes carnatica*
50. *Strobilanthes heteromallus*
51. *Strobilanthes ixiocephalus*
52. *Strobilanthes jogensis*
53. *Strobilanthes luridus* var *bourneae*
54. *Strobilanthes matthewiana*
55. *Strobilanthes meeboldii*
56. *Strobilanthes membranaceous*
57. *Strobilanthes minor*
58. *Strobilanthes papillosus*
59. *Strobilanthes pentstemonoides* var *dalhousieana*
60. *Strobilanthes pothigaiensis*
61. *Strobilanthes reticulatus*
62. *Strobilanthes scrobiculatus*
63. *Strobilanthes sessilis* var. *sessiloides*
64. *Strobilanthes sexennis*
65. *Strobilanthes violacea*
66. *Strobilanthes viscosa*
    Strobilanthes walkeri

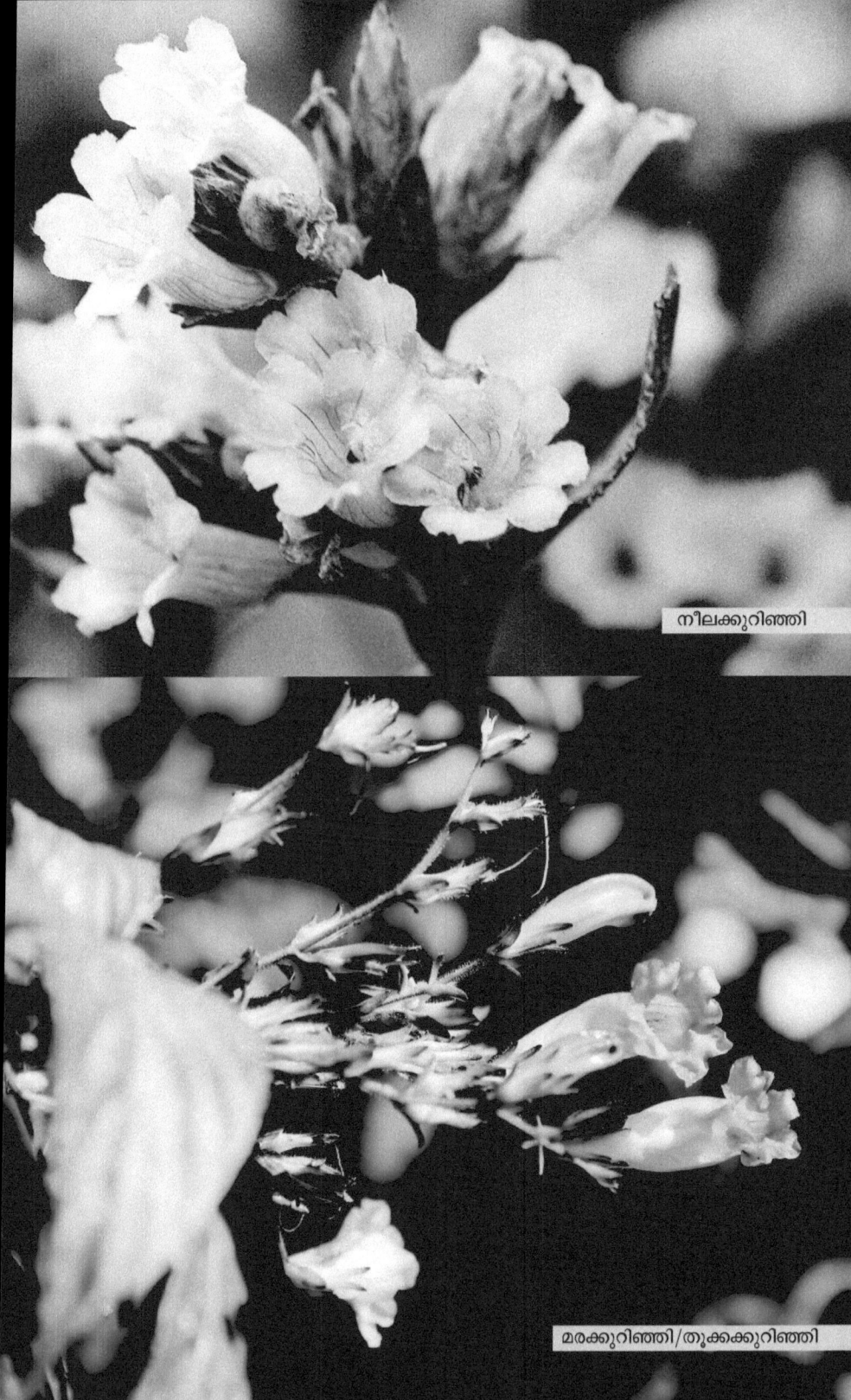

നീലക്കുറിഞ്ഞി

മരക്കുറിഞ്ഞി/തൂക്കക്കുറിഞ്ഞി

കൊടിക്കുറിഞ്ഞി 1

കൊടിക്കുറിഞ്ഞി 2

ചെറുകുറിഞ്ഞി 1

ചൊണയംകല്ല് കുറിഞ്ഞി

നാറ്റക്കുറിഞ്ഞി

മുട്ടക്കണ്ണിക്കുറിഞ്ഞി

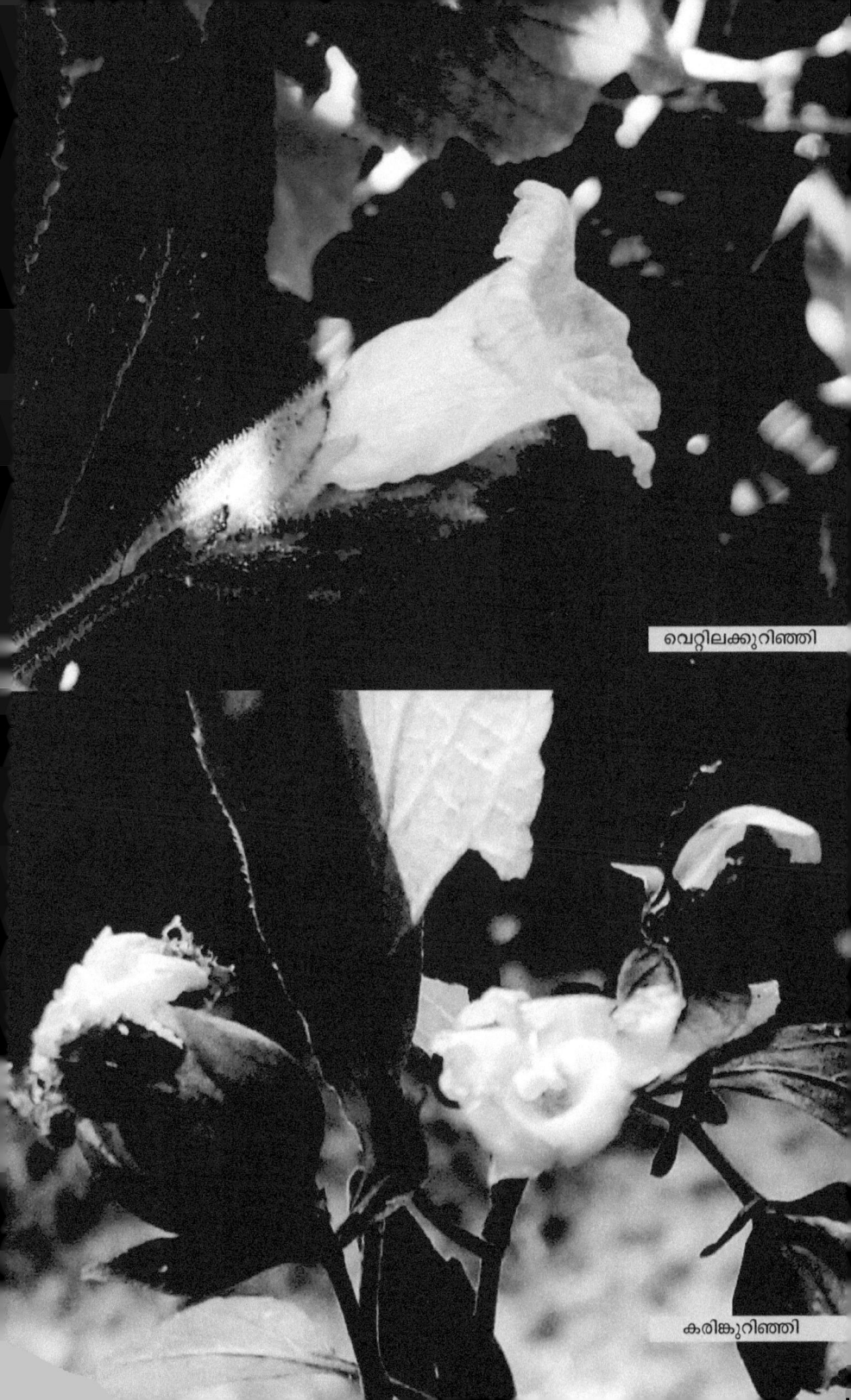

വെറ്റിലക്കുറിഞ്ഞി

കരിങ്കുറിഞ്ഞി

ചീനക്കുറിഞ്ഞി

രോമക്കുറിഞ്ഞ

കല്ലൻകുറിഞ്ഞി

അജോഷ് പാറയ്ക്കൻ

(ഫോട്ടോഗ്രാഫർ)

പ്രകൃതി-പരസ്യചിത്രകലാ ഫോട്ടോഗ്രാഫർ. ജനനം കോട്ടയം ജില്ലയിൽ. ഫ്ളോറിഡയിലെ മിയാമിയിൽ കാർണിവൽ ക്രൂസ് ലൈൻസിൽ ഫോട്ടോഗ്രാഫറായി പ്രവർത്തിച്ചു. നിരവധി പ്രകൃതി-പരസ്യചിത്രങ്ങൾ പകർത്തിയിട്ടുണ്ട്. തെക്കേയിന്ത്യ യിലെ വിവിധ വനമേഖലകളിൽ സഞ്ചരിച്ചിട്ടുണ്ട്. മാതൃഭൂമി യാത്ര, മലയാള മനോരമയിലെ പഠിപ്പുര തുടങ്ങിയവയിൽ ചിത്ര ങ്ങൾ പ്രസിദ്ധീകരിച്ചു. സംസ്ഥാന ടൂറിസം ഫോട്ടോഗ്രഫി പുര സ്കാരം, സംസ്ഥാന ലളിതകലാ അക്കാദമി പുരസ്കാരം, കേരള സംസ്ഥാന ഇൻഫർമേഷൻ & പബ്ലിക് റിലേഷൻസ് ഡിപ്പാർട്ടുമെന്റ് പുരസ്കാരം, കേരള വനംവകുപ്പിന്റെ പുര സ്കാരം എന്നിവ നേടിയിട്ടുണ്ട്. ലൈഫ് ഫോർ ലൈവ്സ്, അപ്പൂന്റെ ലോകം എന്നീ ഡോക്യുമെന്ററികളുടെ ക്യാമറാമാനാ യിരുന്നു. കൊച്ചിയിൽ താമസം.

ഇ മെയിൽ : ajoshparackan@gmail.com /94473 66557

www.ingramcontent.com/pod-product-compliance
Lightning Source LLC
LaVergne TN
LVHW041546070526
838199LV00046B/1845